నా జీవన గమనం

డాక్టర్ అవుల్ పకీర్ జైనులబ్దీన్ అబ్దుల్ కలామ్ 15 అక్టోబర్ 1931న తమిళనాడులోని రామేశ్వరంలో జన్మించారు. మద్రాస్ ఇన్స్టిట్యూట్ ఆఫ్ టెక్నాలజీ నుంచీ ఏరోనాటికల్ ఇంజినీరింగ్ చేశారు. భారతదేశానికి చెందిన విశిష్టమైన విజ్ఞానశాస్త్రవేత్తలలో డాక్టర్ కలామ్ ఒకరు. దేశ విదేశాలలో వున్న నలభై అయిదు విశ్వవిద్యాలయాలనుంచీ ఆయన గౌరవ డాక్టరేట్లు అందుకున్నారు. 1981లో పద్మభూషణ్ గౌరవాన్నీ, 1990లో పద్మవిభూషణ్నూ, 1997లో భారతదేశపు అత్యున్నత పురస్కారమైన భారతరత్ననూ, 2007లో రెండవ కింగ్ ఛార్లెస్ పతకాన్నీ అందుకున్నారు. 2008లో వుడ్రో విల్సన్ అవార్డునూ, హూవర్ అవార్డునూ కూడా అందుకున్నారు. 2009లో అంతర్జాతీయ వోన్ కర్మన్ వింగ్స్ అవార్డు అందుకున్నారు. ఇంకెన్నో అంతర్జాతీయ ప్రశంసలు పొందారు.

డాక్టర్ కలామ్ 2002లో భారతదేశపు పదకొండవ అధ్యక్షుడయ్యారు. భారతదేశాన్ని అభివృద్ధి చెందిన దేశంగా రూపొందించే మార్గాలను అన్వేషించడమే ఆయన ధ్యేయం.

నా జీవన గమనం

కలల సాకారం

ఎ.పి.జె. అబ్దుల్ కలామ్

చిత్రరచన : ప్రియా సెబాస్టియన్

మంజుల్ పబ్లిషింగ్ హౌస్

First published in India by

Manjul Publishing House

Corporate and Editorial Office
- 2ⁿᵈ Floor, Usha Preet Complex, 42 Malviya Nagar, Bhopal 462 003 - India
Sales and Marketing Office
- C-16, Sector 3, Noida, Uttar Pradesh 201301 - India
Website: www.manjulindia.com

Distribution Centres
Ahmedabad, Bengaluru, Kochi, Kolkata, Chennai,
Hyderabad, Mumbai, New Delhi, Pune

Telugu translation of *My Journey - Transforming Dreams into Actions*
by *A.P.J. Abdul Kalam*

This edition first published in 2014
Twelfth impression 2025

Copyright © A.P.J. Abdul Kalam 2013
First published in English by Rupa Publications India Pvt. Ltd.

Illustration copyright © Rupa Publications India Pvt. Ltd. 2013

ISBN 978-81-8322-420-8

Translation by Sathyavathi
Typesetting by Balaji Graphics

Illustrations by Priya Sebastian

Printed and bound in India by Repro India Ltd.

గత రెండు దశాబ్దాలుగా నేను కలిసి అభిప్రాయాలు
పంచుకున్న పదహారు మిలియన్ల యువతీయువకులకు.

విషయసూచిక

పరిచయం

నా బాల్యం నుంచీ ఇప్పటివరకు, అంటే ఎనభై సంవత్సరాల ప్రాయం వరకు నేను పొందిన అద్వితీయమైన అనుభవాలను గురించి చెప్పేదే ఈ నా జీవన గమనం. ఇన్ని సంవత్సరాలలోనూ ఇంత విస్తారమైన అనుభవంలోనూ నేను నేర్చుకున్న ముఖ్యమైన పాఠం ఒకటే. జీవితంలోని వివిధ దశలలోనూ కలలు కంటూ వుండాలి. వాటిని సాకారం చేసుకోవడానికి శ్రమించాలి. అట్లా చేసినప్పుడు విజయం తథ్యం. నన్ను కలిసినవాళ్ళందరికీ ఇదే చెబుతూ వుంటాను. "కలలు అంటే మనకి నిద్రలో వచ్చి కరిగిపోయేవి కాదు. అవి మనని నిద్రపోకుండా చెయ్యాలి" అని.

ఒకరోజు నేను తోటలో నడుస్తున్నప్పుడు నాకీ పుస్తకం వ్రాయాలనే ఊహ కలిగింది. ఎప్పట్లాగానే ఆ రోజు కూడా నేను శతవర్ష జీవని అయిన ఆ పురాతన అర్జున వృక్షం క్రింద నిలబడి, తల ఎత్తి దాని శాఖోపశాఖలకేసి చూస్తున్నాను. అందులో కొత్తగా పక్షులేవైనా గూళ్ళు కట్టాయా, తేనెటీగలేవైనా తుట్టెలు పెట్టాయా అని చూస్తున్నాను. ఈ ఢిల్లీ నగరంలోని ఈ వృక్షాన్ని చూస్తూ వుంటే తటిల్లున మా నాన్నగారు జ్ఞాపకం వచ్చారు. ఆయన కూడా వేకువనే మేలుకునేవారు. ప్రభాత సమయాన్ని ప్రకృతి సమక్షంలో గడిపేవారు. తన లోటలోని కొబ్బరిచెట్లను పరిశీలిస్తూ, పట్టణంలోని వీధులలో నడుస్తూ వుండేవారు. అట్లా నేను నా బాల్యాన్నిసంతోషంతో స్మరించుకున్నాను. నా బాల్యాన్నీ అందులో నాతో సంచరించిన వ్యక్తులనూ తలుచుకున్నాను. నా

జీవిత ప్రయాణాన్నీ, నేను నడిచి వచ్చిన అసాధారణమైన మార్గాలనూ గుర్తుతెచ్చుకున్నాను. నేను చూసిన విషయాలను, నేను పాల్గొన్న సంఘటనలను తలుచుకున్నాను. ఈ అనుభవాలన్నీ నాతోనే వుండిపోవాలా, నా అసంఖ్యాకమైన పాఠకులకూ, మర్రి ఊడలంతగా పాకిపోయిన నా కుటుంబసభ్యులకూ అందించాలా అని ఆలోచించాను. మనుమలకూ, మునిమనుమలకూ!

ఇప్పటివరకూ నేను కొన్ని పుస్తకాలు వ్రాసాను. కొన్నింటిలో నా బాల్యపు అనుభవాలను వర్ణించాను. నా జీవితాన్ని గురించి మొదటి పుస్తకం వ్రాసినప్పుడు అది ఇతరులకెలా ఆసక్తి కలిగించగలదోనని సందేహించాను. కానీ పూర్వం వ్రాసిన పుస్తకాలలో కన్న ఈ పుస్తకంలో నా జీవితంలోని చిన్నచిన్న సంఘటనలను గురించీ, తక్కువ ప్రచారమైన వాటి గురించీ వ్రాసాను. మా అమ్మా నాన్నగార్లకు సంబంధించిన సంఘటనలు ఎందుకు వ్రాసానంటే, ఇప్పుడు ఈ ఎనభైరెండో ఏట కూడా వారు నాలో ప్రోదిచేసిన విలువలను మర్చిపోలేను. వారిని గమనిస్తూ అంతర్గతం చేసుకున్న గుణాలను, వారు నాలో నింపిన సుగుణాలను ప్రేమగా పెంచి పోషించుకుంటూనే వున్నాను. జీవిత గమనంలో వారు ఎదుర్కొన్న అవరోధాలకు వారు స్పందించిన తీరు నాకు మేలైన జీవితం గడపడానికి మార్గదర్శనం చేసింది. ఈ విలువలను కాపాడుకోవడం ద్వారా నా తల్లితండ్రులను నాలోనే జీవించేలా చేసుకోగలిగాను. మా నాన్నగారు కష్టాలను నిబ్బరంగా ఎదుర్కొన్న విధానమూ, ఇతరుల మనసులను అర్థం చేసుకోమని చెప్పిన పద్ధతీ, నాకు కష్టసమయాలలో కరదీపికలయ్యాయి. మా అమ్మ తన మృదుస్పర్శతో, మమ్మల్ని పెంచిన సున్నితమైన పద్ధతిలో ఒక ప్రేమమయమైన కరుణామయమైన లోకాన్ని చూశాను. మా అక్క జోహ్రా ప్రేమనూ నాపై చూపిన వాత్సల్యాన్నీ, నా మొదటి సలహాదారూ మార్గదర్శి అయిన అహమ్మద్ జలాలుద్దీన్ విశాల హృదయమూ, అతని దృక్పథమూ, వీటిని గురించి కూడా చెప్పాలనుకున్నాను. అతను నా చదువును చాలా ప్రోత్సహించాడు. ఇండియన్ ఎయిర్‌ఫోర్స్‌కు అర్హత సాధించలేకపోవడం వంటి కొన్ని ప్రతికూలతలను అనుభవించడం కూడా నాకు జీవితంలో అటువంటి అవరోధాల ఆవశ్యకతను అర్థం చేయించాయి.

అటువంటి ప్రతికూల పరిస్థితి ఎదురైనప్పుడు దాన్ని అధిగమించలేమేమో అనిపించడం సహజమేకానీ మనలో గట్టి పట్టుదల వుంటే వాటిని అధిగమించడం కష్టమేమీ కాదని అర్థం చేసుకునేలా చేశాడాయన.

ఈ మధ్య నా స్నేహితుడు అరుణ్ తివారీతో మాట్లాడుతున్నప్పుడు అతను ఉన్నట్లుండి ఒక అసాధారణమైన ప్రశ్న సంధించాడు. "ఇప్పటివరకూ గడచిన మీ జీవితాన్ని గురించి ఒక్క వాక్యంలో సంక్షిప్తంగా చెప్పగలరా, కలామ్ సాబ్!" అని.

కొద్ది క్షణాలు ఆలోచించి, చివరికి ఇలా అన్నాను, "నా జీవితమంతా ఈ కొన్ని మాటల్లో చెప్పగలను. బాల్యంలో నాపై కురిసిన ప్రేమ, పోరాటం... మరింత పోరాటం, కన్నీళ్ళు... తరువాత ఆనందబాష్పాలు... చివరికి పౌర్ణమి చంద్రుణ్ణి చూసినంత సంతృప్తికరమైన అందమైన జీవితం."

నా యీ కథలు పాఠకులకి వారి కలలను అర్థం చేయించి వాటిని సాకారం చేసుకునేదాకా నిద్రపోనివ్వకుండా చేస్తాయని ఆశిస్తున్నాను.

ఎ.పి.జె. అబ్దుల్ కలామ్

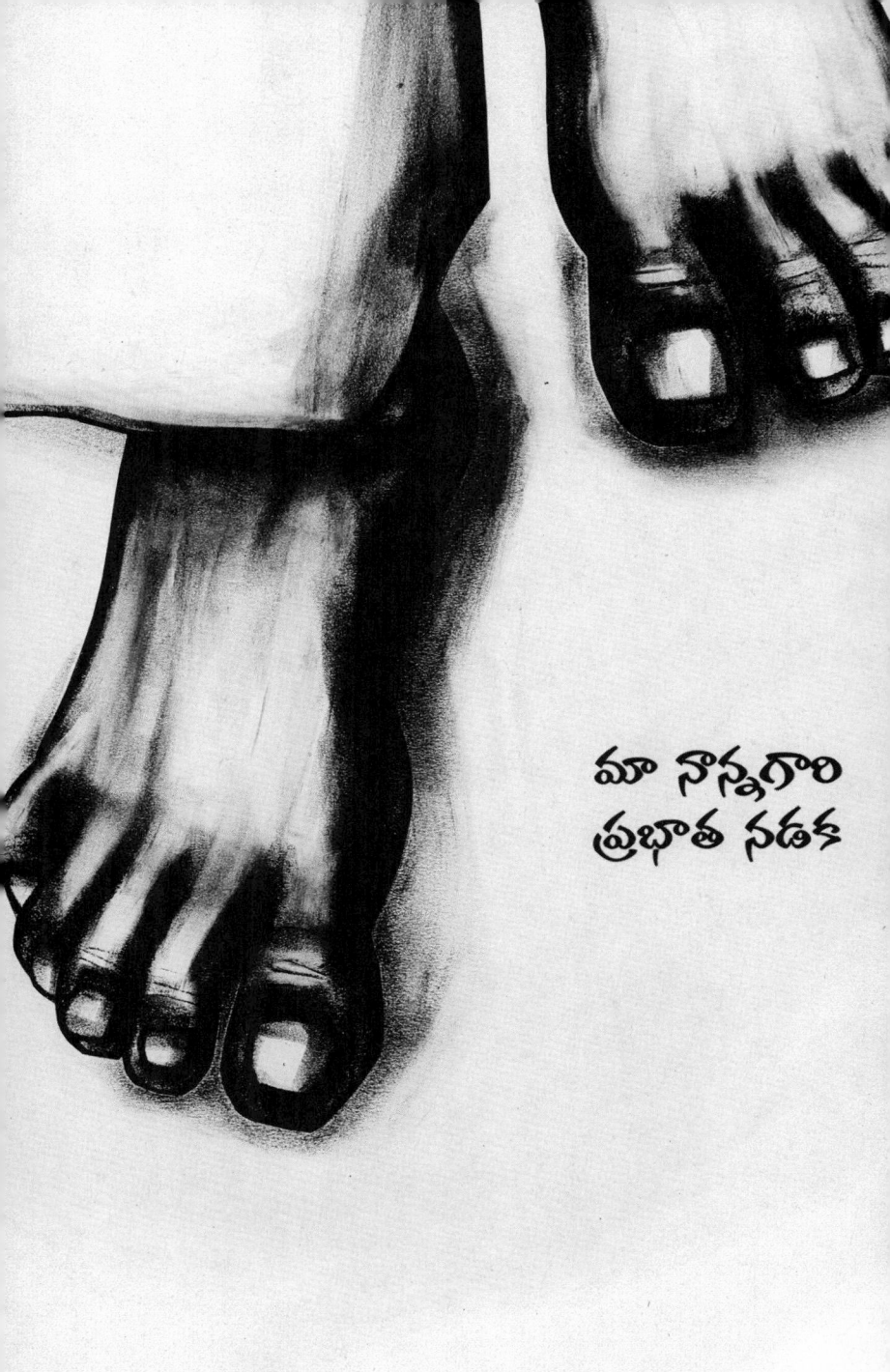

మా నాన్నగారి
ప్రభాత నడక

నాకు గర్తున్నంతవరకూ మా నాన్నగారు జైనులబ్దీన్ గారు తెల్లవారు ఝూము నాలుగింటికే దినచర్య ప్రారంభించేవారు. ఆయన ఇంట్లో అందరికన్నా ముందు నిద్ర లేచేవారు. తొలిరేకలు విచ్చకముందే ప్రార్థన పూర్తిచేసుకుని, తన కొబ్బరి తోటలలోకి నడుచుకుంటూ వెళ్ళేవారు. మేం రామేశ్వరంలో వుండేవాళ్ళం. తమిళనాడులోని ఒక దీవిలో వుండే చిన్న పట్టణం అది. అక్కడి దేవాలయం వల్ల ప్రసిద్ధిపొందిన పట్టణం అది. ఈ వూరు భారతదేశపు తూర్పుతీరంలో వుండడం వలన త్వరగా ఉషోదయం అయ్యేది. మా దినచర్య కూడా సూర్యుడి నడకని బట్టీ, సముద్ర తరంగాలను బట్టీ వుండేది.

సముద్రఘోష మా జీవితంలో ఒక భాగమైపోయింది. వర్షఋతువులో తుఫానులూ, గాలివానలూ మామూలుగా వుండేవి. మేం మా పూర్వీకులు పందొమ్మిదో శతాబ్దంలో కట్టిన ఇంట్లో వుండేవాళ్లం. అది ఇటుకలతోనూ, సున్నపురాయితోనూ కట్టిన ఓ మోస్తరు పెద్ద ఇల్లు. అది పెద్ద విలాసవంతమైన ఇల్లేమీ కాదు కానీ ప్రేమనిలయంగా వుండేది. మా నాన్నగారు పడవలు నడిపే వ్యాపారం చేసేవారు. అది కాకుండా మా ఇంటికి నాలుగు మైళ్ళ దూరంలో మాకొక కొబ్బరితోట వుండేది. ఆ ప్రభాతవేళల్లో ఆయన ఆ కొబ్బరితోటకే నడిచి వెళ్ళేవారు. ఆయన నడకకు ఒక క్రమం వున్నది. దానిని ఎన్నడూ అతిక్రమించేవారు కాదు. ముందుగా మా ఇల్లు వున్న మసీదు వీధిలోకి (ఈ వీధి శివుని గుడికి దగ్గర్లోనే వుండేది.), ఎక్కువ ముస్లిమ్‌లు వుండే వీధి అది... అక్కడ నుంచీ పట్నంలోని సన్నని సందులగుండా నడిచి కొబ్బరితోటలకి చేరి వాటిగుండా తన తోటకి చేరేవారు.

ఇప్పుడు నేను ఆయన ఆ వీధుల్లో నడవడాన్ని తలుచుకుంటున్నాను. తెల్లవారాక ఆయనకి చాలా పనులుండేవి. మాది చాలా పెద్ద కుటుంబం. అందరి అవసరాలూ చూడవలసిన బాధ్యత ఆయనదే! కానీ ఆ నిమిషంలో ఆ ప్రభాత నడక సమయంలో ఆయన కేవలం సముద్రం చేసే శబ్దాలను మాత్రమే వినేవారు. అక్కడ మూగే కాకులనీ ఇతర పక్షులనూ చూసేవారు, అవి చేసే శబ్దాలను ఆలకించేవారు. నడుస్తూనే ప్రార్థన చేసేవారనుకుంటాను. లేకపోతే ఆ ప్రశాంత వాతావరణంలో తన కుటుంబాన్ని గురించి తలుచుకునే వారేమో!! ఈ సుదీర్ఘమైన నడకలో ఆయన ఏమి ఆలోచించేవారో నేనెప్పుడూ అడగలేదు. ఒక చిన్నపిల్లవాడికి తండ్రి ఆలోచనల గురించి ఆలోచించడం ఏమి తెలుస్తుంది? కానీ నాకు ఒకటిమాత్రం అర్థమయ్యేది. ఈ ప్రభాత నడక ఆయన వ్యక్తిత్వానికి ఒక వన్నె తెచ్చేదని. ఆయనలో ఒక ప్రశాంతతను చేకూర్చేదేమో! ఆ విషయం చూపరులకు కూడా తెలిసేది.

మా నాన్నగారికి సాధారణ పాఠశాల విద్య అంతగా లేదు. అంతేకాదు తన జీవితకాలంలో పెద్దగా డబ్బు సంపాదనా లేదు... కానీ ఆయన చాలా వివేకవంతుడు, ఔదార్యం కలవాడు. మా వీధికంతటికీ మా మసీదే కేంద్ర బిందువు. చాలామంది తమ అవసరాలకూ, సలహాసంప్రదింపులకూ మా నాన్నగారినే ఆశ్రయించేవారు. ఆయనకు దైవాంశ వున్నదని చాలామంది నమ్మకం. నేను ఆయనతో కలిసి మసీదుకు ప్రార్థనకు వెళ్ళేవాడిని. మేమెప్పుడూ ప్రార్థన మానేవాళ్ళం కాదు. ఎప్పుడూ మానాలని అనిపించేదే కాదు. మసీదులో నమాజ్ చేసుకుని బయట రోడ్డు మీదకు వచ్చేసరికి చాలామంది గుంపులు గుంపులుగా ఆయనతో మాట్లాడ్డానికి వేచివుండేవాళ్ళు. వాళ్ల కష్టసుఖాలు చెప్పుకునేవాళ్ళు.

ఆయనలో వాళ్లకేం ప్రత్యేకత కనిపించింది? ఆయన బోధకుడు కాదు. గురువూ కాదు. తన మతం చెప్పిన మంచిచెడ్డలను పాటిస్తూ తను నమ్మిన సత్యాలను ఆచరిస్తూ వుండే ఒక సాధారణ మానవుడు. వాళ్లకి ఆయన ఇచ్చేది మాత్రం ఏముంది? ఇపుడు నాకర్థం అవుతున్నది. ఆయన సన్నిధే వారికి ఎంతో ఉపశాంతినీ, ఆశనూ కలుగచేసేదని... వాళ్ల కోసం ఆయన ప్రార్థన

చేసేవాడు. వాళ్లల్లో చాలామంది ఆయనకి చెంబులతో నీళ్ళు ఇచ్చేవాళ్ళు. ఆయన ఆ నీళ్లల్లో తన వేళ్ళు ముంచి ప్రార్థన చేసేవాడు. తరువాత వాళ్ళు ఆ నీళ్ళను జబ్బుపడినవాళ్ళకి ఇచ్చేవాళ్ళు. ఆ తరువాత చాలామంది మా ఇంటికి వచ్చి తమవాళ్ల జబ్బు తగ్గించినందుకు కృతజ్ఞత చెప్పి పోయేవాళ్ళు.

ఇదంతా ఆయన ఎందుకు చేసేవాడు? తన హడావుడి దినచర్యలోనే వాళ్లతో మాట్లాడి, వాళ్లకోసం ప్రార్థించి వాళ్లను ఓదార్చేటంతటి ప్రశాంతతా కారుణ్యం ఆయనకెక్కడనించీ వచ్చాయి? ఆయన కేవలం ఒక సాధారణ పడవల నిర్మాత, వ్యాపారి... ఒక చిన్న గ్రామంలో వుంటూ అంత పెద్ద కుటుంబాన్ని చూసుకోవడం ఆయనకు అంత సులువైన పనేమీ కాదు... అయినా ఆయన ఓదార్పుకోసం ఆయన ఇచ్చే సాంత్వన కోసం వచ్చేవారిని ఆయన ఎప్పుడూ కాదనలేదు.

నిస్సందేహంగా ఆయన ఆధ్యాత్మికుడు. దేవునితో సంబంధం కలవాడు. ఆయన ఈ ఆధ్యాత్మికత ఆయన చదువులోనించి వచ్చిందనుకుంటాను. ఆయనకు పవిత్ర గ్రంథాల సారం తెలుసు. చిన్నపిల్లలకు కూడా దాన్ని గురించి చెప్పేవారు. నేనాయన్ని ఏవైనా ప్రశ్నలు అడిగినప్పుడు చాలా సూటిగా సరళమైన తమిళంలో సమాధానాలిచ్చేవారు. ఒకసారి ఆయన్ని అడిగాను, "వీళ్ళంతా మీ దగ్గరకు ఎందుకు వస్తున్నారు? నిజంగా వాళ్ళకి మీరేమి చేస్తున్నారు?" అని. అప్పుడాయన ఇచ్చిన సమాధానం అయిదు దశాబ్దాలు గడిచినా ఇంకా పదిలంగా వుంది నా మనసులో!

"మనుష్యులకి ఎప్పుడైనా తాము ఒంటరులమని అనిపించినప్పుడు ఎవరిదైనా సాహచర్యం కోసం, సామీప్యం కోసం వెతుక్కుంటారు. వాళ్లకేదైనా కష్టమొచ్చినప్పుడు సాయపడేవాళ్లకోసం చూస్తారు. అట్లా ప్రతి కోరికకూ ఆవేదనకూ ఒక సాయం తప్పకుండా అందుతుంది. ఒక సహాయకారి దొరుకుతారు. కష్టాలలో వుండి నా దగ్గరకు వచ్చేవారికి నేను నా ప్రార్థనతో వారిని ఆవహించిన దుష్టశక్తులను పారదోలగలనని నమ్మకం."

తరువాత ఆయన నాకు ప్రార్థన గురించీ, మనుషులపై దాని ప్రభావాన్ని

గురించీ చెప్పారు. నేను విజ్ఞానశాస్త్ర పరిశోధనలో వున్నపుడు కూడా ఈ మాటలు నా మనసులో మెదులుతూనే వుండేవి. సహాయంకోసం బయటికి చూడడం అనేది అంతిమ పరిష్కారం కాదని ఎప్పుడూ చెప్పేవారు.

"మన భవిష్యతును గురించిన భయంతో కూడిన చూపుకూ, మనలోని శత్రువును కనిపెట్టే చూపుకూ తేడా తెలుసుకోవాలి... కష్టాలు ప్రాప్తించినప్పుడు వాటి సందర్భోచితత్వాన్ని అర్థం చేసుకోవాలి. కష్టాలెప్పుడూ మన అంత ర్దర్శనానికీ, మనని మనం అర్థం చేసుకోవడానికీ దోహదం చేస్తాయి."

నాకు సంభవించిన అనేక పరాజయాలను, అవరోధాలను, తట్టుకుని నిలబడడానికి నాకు ఆయన సలహా ఎంతో బలాన్నిచ్చింది. రామేశ్వరంలోని జీవితానికంటే నేను చాలాచాలా దూరం పయనించాను. నేను ఎప్పుడూ చూడగలనని ఊహించని ప్రదేశాలకు వెళ్ళాను. ఒక ఫైటర్ జెట్‌లోని కాక్‌పిట్ నుంచీ దేశంలో అత్యంత పెద్ద పదవికి చేరుకున్నాను. ఆయన మాటలే ఎప్పుడూ నాకు ఊతమిచ్చేవి.

"మనని కనిపెట్టి ఉండే ఒక దివ్యశక్తి వున్నది. మన దుఃఖాల నుంచీ, పరాజయాలనుంచీ, బాధలనుంచీ మనను మెల్లిగా పైకి తీసే శక్తి అదే. మనసు తెరిచి దానిని లోపలికి ఆహ్వానిస్తే అది మనను నిజమైన గమ్యస్థానానికి చేరుస్తుంది. నిన్ను బంధించి వుంచుతున్న పరిమితులనుంచి విముక్తి పొంది, ఆ దివ్యశక్తి అధీనంలోకి నీ మనసును పంపించు. అప్పుడే నువ్వు నిజమైన ఆనందాన్నీ, శాంతినీ ఇచ్చే బాట మీదకు అడుగుపెట్టినట్లు."

నాకెప్పుడు దిగులు అనిపించినా ఆయన ఈ మాటలు చెబుతున్నట్లు ఊహించుకునేవాడిని.

ఇప్పుడు నాకు ఎనభై రెండేళ్ళు. మా నాన్నగారికి లాగానే నా దినచర్య కూడా ఇప్పటికీ ప్రభాత నడకతోనే మొదలౌతుంది. ప్రతి ఉదయం కొత్త సూర్యుడిని, ఆయన ఉదయించేముందు ఆకాశంలో కనిపించే మెత్తని కాంతినీ, మలయమారుతాన్నీ, పక్షుల కిలకిలారావాలనూ ఆస్వాదిస్తాను. రోజులో ఈ కొంచెం సమయం మనని ప్రకృతిలో ఎట్లా మమేకం చేస్తుందో అర్థమౌతుంది.

ప్రతి ఉదయమూ ఒక కొత్త ఉదయమే. అది ప్రకృతి మనకు ప్రదర్శించే ఒక అద్భుతమైన నాటకం. దాన్ని చూసి అబ్బురపడకుండా వుండలేను. మా నాన్నగారిలాగా ఒకే వూరిలో కాకుండా నేను వేరువేరు పట్టణాలలో, నగరాలలో వుండేవాడిని. అయినా ప్రభాత వేళప్పటి ప్రశాంతత, సౌందర్యం ఎక్కడైనా ఒకటే. నేనెక్కడున్నా ఎన్నో పక్షులకు నిలయమై చల్లని గాలులకు తన ఆకులను ఊగిస్తూ వుండే ఒక పురాతన వృక్షాన్ని కనుక్కునేవాడిని. చల్లని చలి రోజులైనా వెచ్చని వేసవి రోజులైనా ఈ సమయంలో మన రోజువారీ విధులను మర్చిపోయి ఇట్లా గడపడం రోజు మొత్తానికి సాంత్వన నిస్తుంది.

ఢిల్లీలో నా యింటి ముంగిట ఒక పురాతనమైన అర్జునవృక్షం వున్నది. నేను తోటలో నడిచేటప్పుడు అనుకోకుండానే నా కాళ్ళు ఆ వృక్షం క్రిందకు వెళ్ళిపోతాయి. ఆ చెట్టునిండా ఎన్నో తేనెపట్లూ, వందలాది పక్షులూ వుంటాయి. ముఖ్యంగా చిలుకలు వాలే చెట్టది. ఈ చెట్టు అందం, హుందాతనం నాకు మా నాన్నగారినే గుర్తు తెస్తాయి. దానితో నేను మౌన సంభాషణ కూడా చేస్తూ వుంటాను. ఆ చెట్టుకే మాటలు వస్తే నాతో ఏం చెబుతుందో ఊహించి ఒక కవిత వ్రాసాను :

"ఓ! కలామ్! నా నేస్తమా!
మీ అమ్మానాయనలవలె నేనూ నూరు శరత్తులు చూశాను
ప్రతి ఉదయం నువ్వు ఒక గంట నడుస్తావు
పున్నమిరాత్రులలోనూ నువ్వు కనిపిస్తావు, ఆలోచించుకుంటూ
నీ మదిలో మెదిలే ఊహలు నాకు తెలుసు మిత్రమా!
ఏమివ్వగలను నీకు?

(నా ఇంట్లో మహావృక్షం)

నా జీవితం నన్ను నడిపించిన చోటికల్లా నడుస్తూ మా నాన్న జైనులబ్దీన్‌ను ఎప్పుడూ తలచుకుంటాను. నా మనోనేత్రం ముందు ఒక సాదాసీదా మనిషి, వృద్ధాప్యంలో కూడా తన కొబ్బరితోటలో నడిచే దృశ్యం కదులుతుంది. ఆయన ఇంటినుంచీ బయలుదేరి ఇక గంట అయివుండవచ్చు. అప్పటికి

తోటమాలి కూడా నిద్రలేచి పనుల్లో ప్రవేశించి వుంటాడు. మా నాన్నగారూ ఆయనా ఒకర్నొకరు ప్రేమగా పలకరించుకుంటారు. జైనులబ్దీన్ గారు కాసేపు ఒకచోట విశ్రమిస్తారు. తోటమాలి ఒక కొబ్బరిచెట్టు ఎక్కి కత్తితో కొన్ని బోండాలు తెంపగా అవి నేలమీద పెద్ద చప్పుడు చేస్తూ పడతాయి. అతను గబగబా చెట్టు దిగి వస్తాడు. తరువాత ఆ కాయలన్నింటినీ కలిపి గుత్తిగా కడతాడు. ఆ తరువాత ఇద్దరూ కాసేపు కూర్చుని చెట్లను గురించి మాట్లాడు కుంటారు. తరవాత ఆకాశంవైపు చూసి వర్షాల గురించీ, కొబ్బరిచెట్లకొచ్చే తెగుళ్ల గురించి, తోట గురించీ మాట్లాడుకుంటారు. చివరికి జైనులబ్దీన్ ఆ కొబ్బరికాయల గుత్తి తీసుకుని ఇంటికి బయలుదేరతారు. ఇరుగుపొరుగులకు కొన్ని కాయలు బహూకరిస్తారు, తక్కినవి మా యింట్లో మా అమ్మ చేసే కూరల్లోకీ, పచ్చళ్లలోకీ చేరిపోతాయి. ఆమె చేసే మెత్తని మీగడలాంటి కొబ్బరి పచ్చడిని మా అమ్మ ఆకులో వడ్డిస్తే ఆస్వాదిస్తూ తినడం మర్చిపోలేని అనుభవం. ఆ రుచి నా నాలుకమీద సంవత్సరాలుగా నిలిచిపోయింది. తరువాత దాని రుచి మరింత తియ్యగా మారింది. మా అమ్మ నాన్నల నిజాయితీతో కూడిన శ్రమా, వారు పంచిన ప్రేమా దాని రుచిని పెంచింది.

పడవ

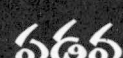

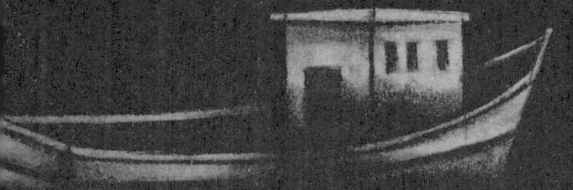

నా చిన్నతనంలో మేము రామేశ్వరం అనే దీవిలో వుండేవాళ్ళం. అంటే సముద్రానికి మా జీవితంలో చాలా ముఖ్యపాత్ర వుండేది. సముద్రపు ఆటుపోట్లు, పడిలేచే తరంగాలు, పాంబన్ బ్రిడ్జి మీద రైళ్ళ రాకపోకల శబ్దాలు, పట్టణం చుట్టూ ఎగిరే పక్షులు, గాలిలో ఉప్పదనం, ఇవ్వన్నీ నా బాల్యస్మృతులలో కలిసిపోయే వుంటాయి. మా చుట్టూ ఉన్న సముద్రం మాలో చాలామందికి ఒక జీవనోపాధి కారకురాలు కూడా! అక్కడి వారిలో దాదాపు అందరికీ సముద్రంతో లంకె వుంది. బెస్తవారే కానివ్వండి పడవల యజమానులే కానివ్వండి.

మా నాన్నగారు కూడా రామేశ్వరం నుంచీ ధనుష్కోడికి మనుషుల్ని చేరవెయ్యడానికి ఒక బల్లకట్టుపడవ వేశారు. రామేశ్వరం నుంచీ ధనుష్కోడికి ఇరవైరెండు కిలోమీటర్ల దూరం. ఆయనకి ఇట్లా ఒక బల్లకట్టుపడవ వెయ్యాలనే ఆలోచన రావడం, దాన్ని తయారుచెయ్యడం నాకు బాగా గుర్తు.

రామేశ్వరం ప్రాచీనకాలంనుంచీ ఒక పుణ్యస్థలం. సీతను రక్షించి తేవడానికి లంకకు వెళ్ళే వారధి కట్టడానికి రాముడు ఇక్కడ నివాసం వున్నాడని అంటారు. రామేశ్వరంలోనిది శివాలయం. ఇందులోని శివలింగానికి రూపకల్పన సీతమ్మే చేసిందంటారు. కొన్ని రామాయణాల ప్రకారం లంక నుంచి తిరిగి అయోధ్య వెడుతూ సీతారామలక్ష్మణులు ఇక్కడ ఆగి శివుణ్ణి ప్రార్థించుకుని వెళ్ళారట.

రామేశ్వరం యాత్రలో ధనుష్కోడి కూడా ఒక భాగమే. అక్కడి సాగర సంగమంలో స్నానం ముక్తిదాయకం అని నమ్ముతారు. బంగాళాఖాతమూ, హిందూమహాసముద్రమూ కలిసేచోటే, ఈ సాగర సంగమం. ఇప్పుడంటే

రామేశ్వరానికీ ధనుష్కోడికీ రహదారి బాగా పడి మోటారు వాహనాలు వెడుతున్నాయి కానీ నా చిన్నప్పుడు బల్లకట్టు కూడా మంచి ప్రయాణ సాధనం.

మా నాన్నగారు తనకొచ్చే చాలీచాలని ఆదాయాన్ని కాస్త పెంచుకునే ఆలోచనగా పడవల తయారీ మొదలుపెట్టారు. తనకి అవసరమైన బల్లకట్టు పడవను సముద్రతీరంలో తనే నిర్మించేవారు.

చెక్కతోనూ, లోహపు ముక్కలతోనూ ఒక పడవ తయారుకావడం చూడడం ఇంజినీరింగ్ ప్రపంచానికి నా తొలి పరిచయం. చెక్క సమకూర్చుకుని మా నాన్నగారి బంధువైన అహ్మద్ జలాలుద్దీన్‌ను సహాయానికి పిలిచారు. ప్రతిరోజూ నేను పడవ తయారయ్యేచోటుకు వెళ్ళడానికి ఎంతో ఆత్రంగా నిరీక్షించేవాడిని. పొడవాటి చెక్కలను అవసరమైన ఆకారంలోకి కోసి బాగా ఎండబెట్టి నున్నగా చెక్కి ఒకదానికొకటి అతికించేవాళ్ళు. పడవలో తొట్టినీ అందులో అరలనీ బాగా ఎండబెట్టి చేవదేరిన కర్రతో తయారుచేసేవాళ్ళు. పడవ తొట్టి లోపలి భాగాలు మన కళ్ల ఎదుటే ఒక రూపానికి వచ్చేవి. చాలాకాలం తరవాత నా ఉద్యోగంలో భాగంగా నేను రాకెట్లనూ, క్షిపణులనూ తయారుచెయ్యడం నేర్చుకున్నాను. ఈ ఇంజినీరింగ్ అద్భుతాలు చెయ్యడానికి గట్టి పునాది వేసేది సంక్లిష్టమైన గణితమూ, శాస్త్ర పరిశోధనా. కానీ ఆ కాలంలో ఆ కడలి తీరాన తయారై యాత్రికులను ఆ దరినుంచీ ఈ దరికీ, ఈ దరినుంచీ ఆ దరికీ చేర్చిన ఆ పడవ మా దృష్టిలో అంతే మహత్వపూర్ణ మైనది కాదని ఎవరనగలరు?

ఆ పడవ నిర్మాణం నన్ను మరోవిధంగా కూడా ప్రభావితం చేసింది. అది నా జీవితంలోకి అహమ్మద్ జలాలుద్దీన్‌ను ప్రవేశపెట్టింది. అతను నాకంటే చాలా పెద్దవాడైనప్పటికీ మా ఇద్దరికీ బాగా స్నేహం కుదిరింది. నాలో సహజంగా వుండే ప్రశ్నించే గుణాన్నీ, అన్నీ తెలుసుకోవాలనే జిజ్ఞాసనీ అతను కనిపెట్టాడు. నేను చెప్పేదంతా ఓపికగా విని నాకు సలహా ఇస్తూ వుండేవాడు. అతనికి ఇంగ్లీష్ చదవడం, వ్రాయడం వచ్చు. శాస్త్రజ్ఞుల గురించీ, కొత్త కొత్త ఆవిష్కరణల గురించీ, నవకల్పనల గురించీ చెప్పేవాడు.

సాహిత్యం గురించీ, వైద్యశాస్త్రం గురించీ కూడా చెప్పేవాడు. మా పడవ తయారుచేసే ప్రదేశంలోనో, సముద్రపు ఒడ్డునో, రామేశ్వరం వీధులలోనో అతనితో కలిసి నడుస్తూ వుంటే నాలో కొన్ని ఊహలూ, కోరికలూ తలలెత్తేవి.

పడవ నడపడానికి మా నాన్నగారు కొంతమంది మనుష్యులను నియమించారు. యాత్రీకులు బృందాలుగా దానిలో ధనుష్కోడికి వెళ్ళొచ్చే వాళ్ళు. అప్పుడప్పుడూ నేను కూడా వాళ్లతోపాటు పడవ ఎక్కేసి నడిపేవాళ్ల మధ్య కూచుని ధనుష్కోడి పోయొచ్చేవాడిని. అప్పుడే రాముడి కథ విన్నాను. వానరసేన సాయంతో ఆయన లంకకు వారధి నిర్మించడం, రావణుని వధించి సీతను వెనక్కి తెస్తూ మళ్ళీ రామేశ్వరంలో ఆగి రావణహత్యకి ప్రాయశ్చిత్తం చేసుకోవడం, హనుమంతుడిని ఉత్తరదిశగా వెళ్ళి పెద్ద శివ లింగం తెమ్మనడం, ఆయన దాన్ని తేవడంలో జాప్యం చేసినందున సీత తన చేతులతో శివలింగాన్ని తయారుచేయడం, వాళ్ళు దాన్ని పూజించడం. ఈ కథా, ఇటువంటి మరికొన్ని కథలూ విన్నాను. ఎందుకంటే మా పడవలో భారతదేశంలోని అనేక ప్రాంతాలకు చెందిన యాత్రీకులు ప్రయాణించేవారు. ఈ చిన్నపిల్లవాడిని అంతా ఆహ్వానించేవాళ్ళు. ఎవరో ఒకరు నాతో మాట్లాడే వారు. ఏదో ఒక కథ చెప్పేవాళ్ళు. వాళ్ళ జీవితం గురించి చెప్పేవాళ్ళు. వాళ్ళెందుకు యాత్రకు వచ్చారో చెప్పేవాళ్ళు.

అలా కొన్నేళ్ళు గడిచాయి. నా పాఠశాల ఉపాధ్యాయులూ, జలాలుద్దీనూ నాకెన్నో విషయాలు చెప్పారు. అయినా ఆ పడవా, అందులో యాత్రీకులు చెప్పిన విశేషాలు తక్కువవేమీ కాదు. అట్లా ఆ కడలి కెరటాల మధ్య, ఇసుకతిన్నెల మీద కథలతో, నవ్వులతో రోజులు గబగబా గడిచిపోయాయి. అప్పుడొక విషాదం జరిగింది.

బంగాళాఖాతంలో తరుచు తుఫానులొస్తుంటాయి. ముఖ్యంగా నవంబర్ నెలా, మే నెలా ప్రమాదకరమైనవి. అప్పుడొచ్చిన ఆ భీకరమైన తుఫాను ఇంకా నాకు స్పష్టంగా జ్ఞాపకం. కొన్నిరోజులపాటు గాలి వేగం హెచ్చింది. తరువాత అది ప్రచండ వాయువుగా మారింది. అది మా చెవులను గింగిర్లెత్తించింది. దానికడ్డం వచ్చిన చెట్లను నిలువునా కూల్చింది. వెంటనే

కుండపోతగా వర్షం కురిసింది. మేం అందరం ముందే ఇళ్ళల్లోకి చేరుకున్నాం. ఆ రోజుల్లో మాకు విద్యుత్తు లేదు. ఆ గాలికి దీపాలు కొట్టుకులాడుతున్నాయి. ఆ చీకట్లో, వెర్రి గాలిలో, వాన చప్పుడులో మేం అందరం ఒక దగ్గరే కూచుని రాత్రి ఎప్పుడు గడుస్తుందా అని ఎదురుచూశాం. నాకు పదేపదే సముద్రం జ్ఞాపకం వచ్చింది. ఎవరైనా అందులో ఇరుక్కుపోయారా? అమ్మ పక్కన లేకుండా ఇటువంటి తుఫానులో ఎట్లా వుండగలరు ఎవరైనా? అనిపించింది.

మరునాడు తుఫాను అణిగిపోయాక మేము చూసిన విధ్వంసం వర్ణించ నలవి కానిది. తోటలు, చెట్లు, ఇళ్ళు నేలమట్టం అయ్యాయి. రహదార్లు నీటిలో మునిగిపోయాయి. వందమైళ్ళ వేగంతో వీచిన గాలులకు పైనించీ కొట్టుకొచ్చిన చెత్తాచెదారం, అన్నింటికన్నా మించి మా పొట్టమీద కొట్టిన విషాదం మా పడవ కొట్టుకుపోవడం. ఇప్పుడు తలుచుకుంటే అనిపిస్తుంది, అలా జరుగుతుందని మా నాన్నగారికి ఆ తుఫానురాత్రే తెలుసేమో అని! కానీ ఆయన తన విచారాన్ని మాకు ఏమాత్రం తెలియనివ్వకుండా మమ్మల్ని నిద్రపుచ్చడానికి ప్రయత్నించారు. తెల్లవారి వెలుగులో ఆయన విషణ్ణ వదనాన్ని, కళ్ళల్లో దిగులునీ చూసి ఆలోచించాను. కొట్టుకుపోయిన మా బల్లకట్టు పడవకోసం చాలా విచారించాను. నేను నా చేతుల్తో తయారుచేసిన వస్తువేదో ఆలోచనారహితంగా ఎవరో లాక్కుపోయినట్టనిపించింది.

అయితే మా నాన్నగారి నిబ్బరమే మమ్మల్ని ఈ కష్టంనుంచీ కూడా గట్టెక్కించింది. తరువాత మరొక పడవ వచ్చింది. మళ్ళీ వ్యాపారం పుంజుకుంది. యాత్రీకులొచ్చారు. దేవాలయమూ, మసీదూ భక్తులతో నిండాయి. బజార్లలో మనుషులు సంచరిస్తున్నారు, దుకాణాలలో కొనుగోలుదార్లు నిండుతున్నారు.

గాలివానలూ, తుఫానులూ మాకు తరచు అలవాటే. నాకు తరువాత తరువాత అవి వచ్చినప్పుడు నిద్రకూడా పట్టేది. నేను రామేశ్వరం విడిచి వెళ్లాక 1964లో మరొక భయంకరమైన తుఫాను వచ్చింది. ఈసారి అందులో ధనుష్కోడిలోని కొంత భూభాగం కొట్టుకుపోయింది. ఆ సమయంలో పాంబన్ బ్రిడ్జి మీద వెడుతున్న రైలొకటి కూడా కొట్టుకుపోయింది. అందులో చాలామంది ప్రయాణీకులున్నారు. ఆ తుఫాను ధనుష్కోడి భౌగోళికరూపాన్నే

మార్చేసింది. ఆ ప్రదేశం తన పూర్వ రూపాన్ని కోల్పోయింది. ఇప్పటికీ ఆ తుఫానుకి శిథిలమైన భవనాల గుర్తులున్నాయి.

ఆ తుఫానులో మా నాన్నగారి పడవ మళ్ళీ కొట్టుకుపోయింది. మళ్ళీ నిర్మించుకోవలసి వచ్చింది. నేను ఆ ప్రపంచానికి దూరంగా వుండడం వలన ఆయనకేమీ సహాయం చెయ్యలేకపోయాను. కానీ, నేను ఉపగ్రహాన్ని పైకి పంపే రాకెట్‌ను రూపొందిస్తున్న సమయంలోనూ, పృథ్వి, అగ్నిక్షిపణుల తయారీలోనూ వాటిని పైకి పంపే సమయంలో ఏర్పడిన కొన్ని భంగపాట్ల సమయంలోనూ, బంగాళాఖాతం వద్ద తుంబా, చండిపూర్ ప్రాంతాల్లో విస్తృతంగా వర్షాలు కురిసినప్పుడూ, ఆ తుఫానురాత్రి మా నాన్నగారి చూపులలో కనిపించిన భావాలను గుర్తు తెచ్చుకునేవాడిని. ప్రకృతి శక్తిని గుర్తించడం అది... సముద్రతీరాన నివసించడమూ, సముద్రంపై ఆధారపడి నివసించడమూ ఎట్లా వుంటుందో తెలుసుకోవడం. అది మన ఆకాంక్షలనూ, ప్రణాళికలను కళ్ళుమూసి తెరిచేలోగా చిత్తుచేసే మహాశక్తి ఒకటి వుందని తెలుసుకోవడం. ఇక్కడ నిలిచి బ్రతకడం అంటే కష్టాలను ఎదుర్కొని జీవితాన్ని పునర్నిర్మించుకోవడం అన్నమాట.

ఎనిమిదేళ్ళకే పని

ప్రతి ఉదయం నాకు ఒక బొత్తి ఇంగ్లీషు వార్తాపత్రికలూ, మరొక బొత్తి తమిళ పత్రికలూ వస్తాయి. నేను విదేశాలలో పర్యటించేటప్పుడు ఎప్పుడూ భారతదేశంలో జరిగే విషయాలన్నీ తెలుసుకుంటూ వుంటాను. అందుకోసం ఇంటర్నెట్‌లో వివిధ పత్రికలలో సంపాదకీయాలూ, వార్తలూ చదువుతాను. ఈనాడు మన ఒక్క వేలి స్పర్శతో ఒక సమాచార ఖజానా తెరవగలగడం నాకు చాలా సంభ్రమం కలిగిస్తుంది. విజ్ఞానశాస్త్రంతోనూ, ఇంజినీరింగ్‌తోనూ గట్టి సంబంధం వున్న నేను ఈ సమాచార సాంకేతిక పరిజ్ఞానాన్ని చూసి ఆశ్చర్యపడనక్కర్లేదు. కానీ ఈనాటి మన జీవనశైలినీ, డెబ్బైఏళ్ళనాటి ఒక దక్షిణ భారత పట్టణంలోని జీవనశైలినీ పోలిస్తే నాకు కూడా విస్మయం కలుగుతుంది.

నేను 1931లో జన్మించాను. నాకు ఎనిమిదేళ్ళప్పుడు రెండవ ప్రపంచ యుద్ధం వచ్చింది. నాజీ జర్మనీ మీద బ్రిటన్ యుద్ధం ప్రకటించింది. ఇండియన్ కాంగ్రెస్‌కు ఇష్టం లేకపోయినా ఇండియా బ్రిటిష్ పాలన క్రింద వుండడం వలన యుద్ధంలో పాల్గొనవలసి వచ్చింది. ప్రపంచంలోని వివిధ యుద్ధక్షేత్రాలలో చాలామంది భారతీయులు సిపాయిలుగా వెళ్ళారు. దక్షిణదేశ వాసులమైన మా రోజువారీ జీవితంలో పెద్దగా యుద్ధప్రభావం కనపడలేదు.

నేను ముందు చెప్పినట్లు 1940లో రామేశ్వరానికి యాత్రీకులు వచ్చినప్పుడు తప్ప పెద్దగా సందడి వుండేది కాదు. అక్కడ నివసించేవారంతా చిరువ్యాపారులు. వూళ్ళో ఒక చర్చీ, ఒక మసీదు ఉన్నప్పటికీ అక్కడుండే దేవాలయానికే ప్రాముఖ్యం. ప్రతి ఊళ్ళో వుండే చిన్నచిన్న తగాదాలు తప్ప, ఊరు సాధారణంగా ప్రశాంతంగా వుండేది. బయటి ప్రపంచాన్ని గురించిన

సమాచారం తెలుసుకోవాలంటే వార్తాపత్రికే శరణ్యం. ఆ వార్తాపత్రికలు పంపిణీ చేసే ఏజెన్సీ మా బంధువు షమ్సుద్దీన్‌ది. జలాలుద్దీన్‌తో పాటు ఈయన ప్రభావం కూడా నామీద బాగా వుండేది. షమ్సుద్దీన్ ఎక్కువ ప్రదేశాలు చూడలేదు. పెద్ద చదువూ లేదు. చదవడం, వ్రాయడం వచ్చు. నేనంటే చాలా వాత్సల్యం అతనికి. నన్ను అనేక విధాల ప్రోత్సహించేవాడు. అతను కూడా నాకొక మార్గదర్శి అయినాడు. నేను చెప్పకముందే నా ఆలోచనలను వాళ్ళు కనుక్కునేవారు. తమ వృత్తులకి పరిమితమైన చిన్న ప్రపంచాన్ని కాక బయటి విశాల ప్రపంచాన్ని చూడగలిగేవారు.

రామేశ్వరం మొత్తంమీద వార్తాపత్రికల ఏజెన్సీ షమ్సుద్దీన్ ఒక్కడిదే. పట్టణంలో దాదాపు వెయ్యిమంది చదువుకున్నవాళ్ళు వున్నారు. వాళ్ళందరికీ అతను వార్తాపత్రిక అందించేవాడు. ఆ పత్రికల్లో ఆనాడు ఊపందుకుంటున్న స్వాతంత్ర్యోద్యమాన్ని గురించిన వార్తలుండేవి. అందరూ అవి చదివి ఉత్సాహంగా చర్చించేవాళ్ళు. అదికాక యుద్ధాన్ని గురించిన వార్తలుండేవి. హిట్లర్ గురించీ, నాజీ సైన్యం గురించీ వుండేవి. ఇంకా ఇతర సామాన్యమైన విషయాలు కూడా వుండేవి. జ్యోతిషం, బంగారం ధరలు వగైరా. ఈ పత్రిక లన్నింటిలోకీ తమిళపత్రిక దినమణి బాగా ప్రాచుర్యంలో వుండేది.

రామేశ్వరానికి వార్తాపత్రికలు వచ్చే పద్ధతే విశేషమైనది. అవి పొద్దుటి రైలులో రామేశ్వరం స్టేషన్‌కు వచ్చి అక్కడ వుండేవి. అక్కడనుంచీ వాటిని సేకరించి చందాదార్లకు అందించాలి. ఈ పని షమ్సుద్దీన్ సులభంగా చేసేవాడు. అయితే ప్రపంచయుద్ధం తీవ్రమై, దాని ప్రభావం మామీదా, మా వార్తాపత్రికల వ్యాపారం మీదా కూడా పడింది.

బ్రిటీష్ ప్రభుత్వం చాలా వస్తువుల మీద ఆంక్షలూ, రేషన్లూ పెట్టింది. అది ఈ మధ్య మనదేశంలో వచ్చిన అత్యవసర పరిస్థితిలాంటిది... మా కుటుంబం పెద్దదవడాన ఈ ప్రభావం మా మీద బాగా పడింది. తిండి, బట్ట, పసిపిల్లల ఆహారం వీటన్నిటినీ సమకూర్చుకోవడం కష్టమైంది. మా కుటుంబంలో అయిదుగురు కొడుకులు, కూతుళ్ళు కాక మా నాన్నగారి సోదరుల కుటుంబాలు కూడా వున్నాయి. ఇంతమందికీ సరిగ్గా వండి

పెట్టడానికి మా అమ్మా, నాయనమ్మా చాలా కష్టపడేవారు. ఉన్నవన్నీ పోగుచేసేవారు.

మామీద ఈ విధంగా యుద్ధం ప్రభావం పడుతున్న సమయంలో షమ్సుద్దీన్ ఒక ప్రతిపాదన తెచ్చాడు. అది నాకెంతో ఉత్సాహాన్నీ, ఆనందాన్నీ ఇచ్చింది. అప్పుడు రామేశ్వరం రైలుస్టేషన్లో రైళ్ళు ఆగడం నిలిపివేశారు. అప్పుడు మాకు వార్తాపత్రికలెట్లా వస్తాయి? ఎట్లా సేకరించి వాటికోసం ఆత్రంగా ఎదురుచూసేవాళ్లకి చేర్చాలి? దీనికి షమ్సుద్దీన్ ఒక మార్గం కనిపెట్టాడు. పత్రికలను బొత్తిపెట్టుకుని రైలు రామేశ్వరం ధనుష్కోడి దారిలో వెడుతున్నప్పుడు వాటిని ప్లాట్‌ఫామ్ మీదకి ఒకరు విసరాలి. అక్కడే నా అవసరం వచ్చింది షమ్సుద్దీన్‌కి. కదిలే రైలులోనుంచీ వాళ్ళు విసిరిన పత్రికలను నేను పట్టుకోవాలి. తరువాత వాటిని ఊళ్ళో పంపిణీ చెయ్యాలి.

నా ఉత్సాహానికి ఎల్లలు లేవు. నా వయస్సు ఎనిమిది సంవత్సరాలే కానీ నేను మా కుటుంబానికి కొంత ఆసరా ఇవ్వగలుగుతున్నాను. కొన్నాళ్ళుగా నేను ఒక విషయం కనిపెడుతూనే వున్నాను. మా అందరికీ కడుపునిండా అన్నం పెట్టినాక మా అమ్మా, నాయనమ్మా ఎంత తక్కువ వడ్డించు కుంటున్నారో చూస్తున్నాను! పిల్లలకు ముందు పెట్టేవాళ్లు. అందుకని మేమెప్పుడూ ఆకలితో వున్నది లేదు. మాకోసం ఆడవాళ్ళు వాళ్ల ఆహారం తగ్గించుకున్నారు. అందుకనే నేను షమ్సుద్దీన్ ప్రతిపాదనను వెంటనే అంగీకరించాను.

అయితే నా దినచర్యలో ఈ కొత్త ఉద్యోగం ఎట్లా ఇరికించాలి? నా చదువూ, స్కూలూ మామూలుగానే జరగాలి. అందులోనే ఈ కొత్త ఉద్యోగాన్ని పొందుపరచాలి. తోబుట్టువులలోనూ, మా బాబాయిల పిల్లల్లోనూ, లెక్కల మీద నాకే ఎక్కువ పట్టు. మా నాన్నగారు నాకు మా లెక్కల టీచర్ దగ్గర ట్యూషన్ ఏర్పాటు చేశారు. అయితే ఆయన నాకొక షరతు పెట్టాడు. అదేమిటంటే ఆయన దగ్గర చదివే మరి నలుగురితోపాటు నేను బాగా వేకువనే స్నానం చేసి వాళ్ళింటికి వెళ్ళాలి. కాబట్టి ఒక సంవత్సరంపాటు నేను చీకటినే లేచేవాడిని. మా అమ్మ నన్ను కుదిపి లేపేది. ఆమె నాకన్న

ముందు లేచి నా స్నానానికి నీళ్ళు పెట్టేది. నాకు స్నానం చేయించి ట్యూషన్ మాస్టర్ ఇంటికి పంపేది. అక్కడ ఒక గంట చదువుకుని ఐదింటికల్లా ఇంటికి వచ్చేవాడిని. ఆపాటికి మా నాన్నగారు నన్ను అరబిక్ స్కూలుకు తీసుకువెళ్ళడానికి సిద్ధంగా వుండేవారు. అక్కడ నేను కురాన్ షరీఫ్ అభ్యాసం చేసేవాడిని.

కురాన్ షరీఫ్ అభ్యాసం తరువాత పరిగెత్తుకుంటూ రైల్వేస్టేషన్‌కు వెళ్ళేవాడిని. అక్కడ రైలు కోసం నిరీక్షిస్తూ ఏచోటికి సరిగ్గా పేపర్ కట్టలు వచ్చే బోగి వస్తుందో ఊహిస్తూ రైలు వస్తున్న శబ్దంకోసం ఆలకిస్తూ వుండేవాడిని. ఆ రోజుల్లో అన్నీ రైళ్ళూ ఆలస్యంగా నడిచేవి, కానీ మద్రాసు ధనుష్కోడి మెయిల్ మాత్రం సకాలానికి వచ్చేది. అల్లంతదూరాన ఇంజిన్ పొగ కనపడేది. హోరున శబ్దం చేసుకుంటూ రైలు ప్లాట్‌ఫామ్ మీదనుంచీ వెళ్ళిపోయేది. వార్తాపత్రికల కట్టలు ఎగిరివచ్చి ఎక్కడ పడతాయో నాకు గుర్తే! రైలు రొప్పుకుంటూ రోజుకుంటూ వెళ్ళిపోయేది. రైల్లో నుంచీ షమ్సుద్దిన్ తాలూకు మనిషి నాకు చెయ్యి ఊపేవాడు. అప్పుడిక నా ఉద్యోగం మొదలు.

నేను కిందపడ్డ కట్టలను ఏరుకొని వాటిని ప్రాంతాలవారీగా చిన్నచిన్న కట్టలు కట్టుకునేవాడిని. ఒక గంటసేపు రామేశ్వరమంతా తిరిగి పత్రికలు ఇచ్చేవాడిని. త్వరలోనే ఎవరెవరు ఏ పత్రిక చదువుతారో కూడా నాకు తెలిసిపోయింది. చాలామంది నాకోసం ఎదురుచూస్తూ వుండేవాళ్ళు. చిరునవ్వులు చిందించేవాళ్ళు. అడపాదడపా రెండు మంచిమాటలు మాట్లాడే వాళ్ళు. స్కూలుకు ఆలస్యం కాకుండా త్వరగా ఇంటికి పొమ్మని కొందరు చెప్పేవాళ్ళు. ఆడుతూపాడుతూ వచ్చే ఒక ఎనిమిదేళ్ళ బాలుడి దగ్గర్నుంచీ పత్రిక అందుకోవడం వాళ్ళకీ ఆనందంగానే వుండేది.

మా వూరు తూర్పు తీరంలో వుండడాన ఉదయం ఎనిమిదింటికి సూర్యుడు నడినెత్తికొచ్చినట్టు వుండేది. పత్రిక పంపిణీ కాగానే ఇంటికి పరిగెట్టి అమ్మ పెట్టిన ఉదయపు ఆహారం తినేవాడిని. బాగా ఆకలిమీద వుండి ఏమీ మిగల్చకుండా తినేసేవాడిని. అమ్మ నన్ను స్కూల్‌కు పంపేది. అక్కడితో మన పని అయిపోలేదు.

సాయంత్రం స్కూల్ ముగియగానే పత్రికలు కొన్న వాళ్లదగ్గర డబ్బులు వసూలు చేయడానికి పోయేవాడిని. తరువాత మళ్ళీ షమ్సుద్దీన్ దగ్గరకు పోయి లెక్క అప్పజెప్పేవాడిని.

ఆ సమయంలో సముద్రపు ఒడ్డున చల్లగాలిలో కూచుని జలాలుద్దీన్ షమ్సుద్దీన్‌లు పత్రిక చదివేవాళ్ళు. మేమందరం దినమణిలో వార్తలు సమీక్షించేవాళ్ళం. వాళ్ళిద్దర్లో ఒకళ్ళు గట్టిగా చదివేవాళ్ళు. వార్తలలోనించీ బాహ్యప్రపంచం దృశ్యమానమయ్యేది. గాంధీ, కాంగ్రెస్, హిట్లర్, పెరియార్ ఇ.వి. రామస్వామి మొదలయినవారి ప్రసంగాలు, వారిని గురించిన వార్తలు వుండేవి. నేను వారి ఫోటోలనూ, మాటలనూ వేళ్ళతో తడిమేవాడిని. వాళ్లందరూ వున్న బాహ్య ప్రపంచంలోకి వెడితే ఎట్లా వుంటుందో అనిపించేది. ఒకరోజు నేను ఢిల్లీ, బొంబాయి, కలకత్తా వంటి మహానగరాలకు వెళ్ళవచ్చు. అక్కడ నేను గాంధీ, నెహ్రూ వంటివారిని కలిస్తే ఏం మాట్లాడతాను? ఇటువంటి ఆలోచనలొచ్చేవి. కానీ నాతోటి పిల్లలు ఆటలకి పిలవడంతో అటు వెళ్ళేవాడిని. తరువాత రాత్రి భోజనం, హోమ్‌వర్క్. అప్పటికి ఓపిక అయిపోయేది. తొమ్మిదయ్యేసరికి గాఢనిద్రలోకి పోయేవాడిని. మరునాడు మళ్ళీ పని!

ఈ దినచర్య ఒక ఏడాది కొనసాగింది. ఈ ఏడాది కాలం పత్రికలు పంచుతూ పరుగులు తీసేసరికి మరింత పొడవుగా కాస్త నల్లగా తయారయాను. ఇప్పుడు నాకు ఒక పరుగులో ఎంత దూరం పోగలను. ఏ ఏ ప్రాంతాలకు ఎంత సమయానికి చేరగలను మొదలైనవన్నీ తెలిసి పోయాయి. పత్రికలు కొనేవారినుంచీ షమ్సుద్దీన్‌కు ఎంత డబ్బు రావాలో కూడా నేను మనసులోనే లెక్కవేసుకునేవాడిని. అట్లాగే ఆ రోజు పత్రికకు డబ్బులివ్వనివాళ్ళు పేర్లు కూడా షమ్సుద్దీన్‌కు అవలీలగా చెప్పేసేవాడిని. నాకు అర్థమైన సంగతేమిటంటే పనిచేసుకునేవాళ్ళు ఎన్ని అవాంతరాలొచ్చినా పొద్దున్నే లేచి రోజు మొదలుపెట్టాలి. హోంవర్క్ ట్యూషన్, ప్రార్థనలు అన్నీ ఎట్లాగో జరిగిపోతాయి కానీ, మద్రాసు ధనుష్కోడీ మెయిల్ మాత్రం నాకోసం ఆగదు. సరైన సమయానికి స్టేషన్‌లో వుండాల్సిందే. పత్రికల కట్టలని తీసుకోవడానికి సరైన చోట నిలబడాల్సిందే! ఒక బాధ్యత తీసుకోవడం,

మాట నిలబెట్టుకోవడం అనేది ఇదే నా జీవితంలో మొదటి ప్రయత్నం. ప్రతిరాత్రీ ఎంతో అలసిపోయినట్లున్నప్పటికీ ఈ పనిని నేను ఇష్టంతో, ఆనందంతో చేశాను. నేను చేస్తున్న ఈ అదనపు శ్రమను చూసి మా అమ్మ బాధపడేది. కానీ నేను నవ్వేసేవాడిని. నాకొస్తున్న కాస్త డబ్బు మా కుటుంబానికి ఆసరా అవుతున్నందుకు అమ్మ గర్వపడేది. ఎనిమిదేళ్ళకే సంపాదనపరుడై నందుకు రహస్యంగా గర్వపడేది. నాకూ గర్వంగా వుండేది. నా మొహం చిరునవ్వులతో వెలిగిపోయేది.

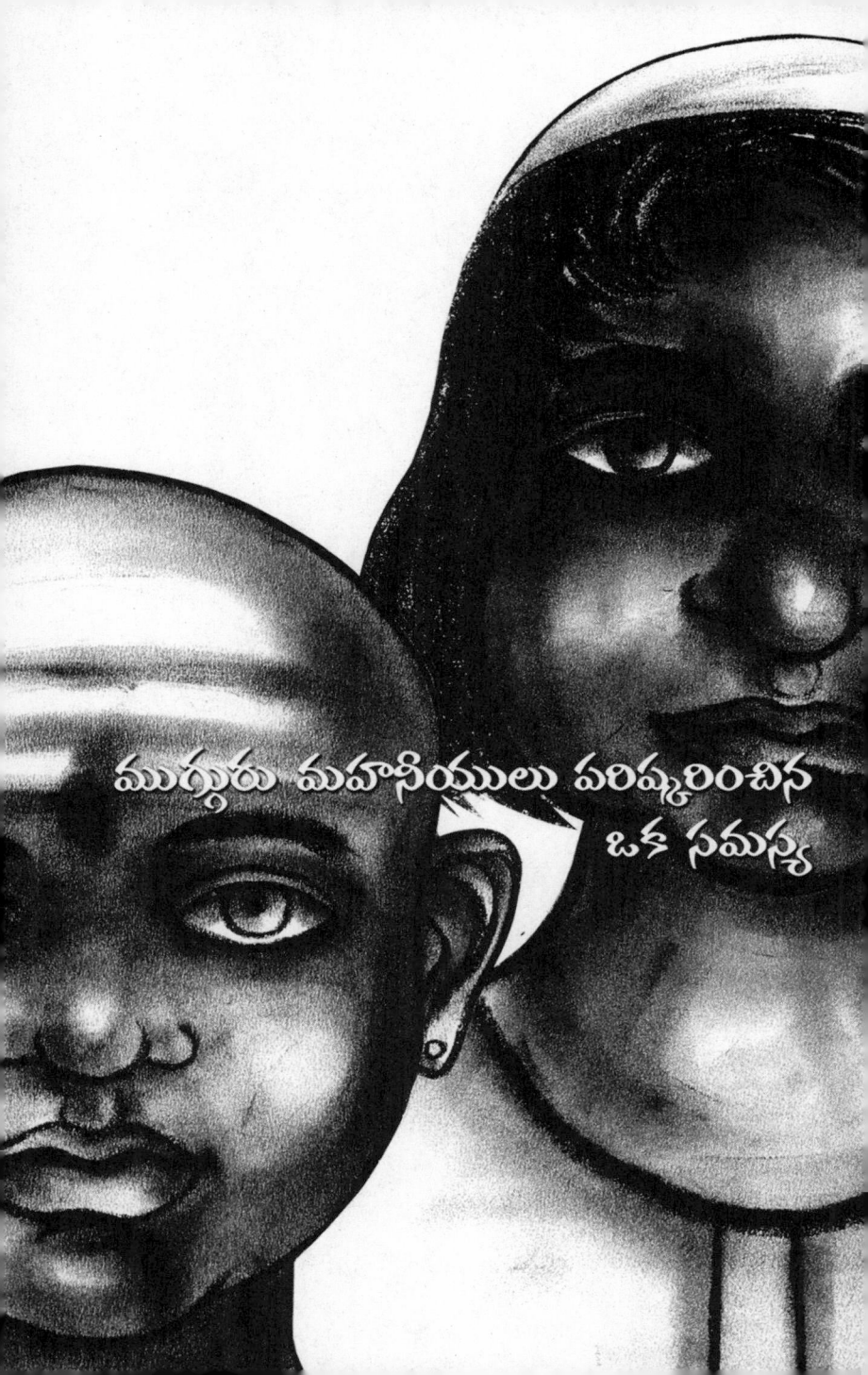

ముగ్గురు మహనీయులు పరిష్కరించిన
ఒక సమస్య

నేను బాల్యం గడిపిన రామేశ్వరం ఒక చిన్న దీవిలాంటిది. అక్కడున్న ఎత్తైన ప్రదేశం పేరు "గంధమాదన" పర్వతం. దానిపైన నిలబడితే మొత్తం రామేశ్వరం పట్టణాన్ని చూడొచ్చు. పట్టణం నిండా పచ్చని కొబ్బరి చెట్లు, అల్లంతదూరాన సముద్రం, ఆకాశాన్నంటుతున్నట్లుండే రామేశ్వర దేవాలయ గోపురం... అప్పుడది చాలా ప్రశాంతమైన పట్టణం. ఎక్కువమందికి చేపలు పట్టడం వృత్తి. కొంతమందికి కొబ్బరి తోటలు... రామేశ్వరంలోని దేవాలయ ప్రాశస్త్యం వలన ఎప్పుడూ యాత్రీకులుంటారు. చాలామంది భారతీయులకు రామేశ్వరమొక పుణ్యతీర్థం. ఎప్పుడూ యాత్రీకులతో, పర్యాటకులతో కళకళలాడుతూ వుంటుంది.

పట్టణ జనాభాలో ఎక్కువమంది హిందువులు. అక్కడక్కడా కొంతమంది మావలె ముస్లిములు, కొంతమంది క్రైస్తవులు కూడా వున్నారు. అందరూ పొరపొచ్చాలు లేకుండా మెసలుకునేవారు. బయటి ప్రపంచంలో తలెత్తుతున్న పరిణామాలు ఇంకా ఇక్కడికి చేరలేదు. ఎక్కడెక్కడ జరిగే మతకలహాల గురించి పత్రికలలో వార్తలు వచ్చినా, ఇక్కడ మాత్రం పూర్వస్థితి కొనసాగుతూనే వున్నది.

ఇక్కడ తరతరాలుగా సామరస్యపూర్వక వాతావరణం నెలకొని వున్నది. మా నాన్నగారు మా ముత్తాతగార్ని గురించిన కథ ఒకటి ఎప్పుడూ చెబుతూ వుంటారు. ఒక పర్వదినం నాడు రామనాథస్వామి విగ్రహాన్ని దేవాలయం బయటకు తెచ్చి దేవాలయ ప్రాంగణంలో ఊరేగిస్తారు. ఈ దేవాలయం చుట్టూ చాలా చెరువులున్నాయి. ఊరేగింపు చెరువుల పక్కనుంచీ కూడా పోయేది. అట్లాంటి ఒక ఊరేగింపు సందర్భంలో విగ్రహం చెయ్యిజారి

చెరువులో పడిపోయింది. జనం భయపడిపోయారు. తప్పకుండా ఏదో కీడు జరుగుతుందని భీతిల్లారు. అయితే మా ముత్తాత వెంటనే చెరువులో దూకి విగ్రహాన్ని పైకి తెచ్చాడట. దేవాలయ పూజారీ, తక్కిన అధికారులు కృతజ్ఞత చెప్పనలవికాదు. విగ్రహాన్ని ముట్టుకున్నాయన ఒక ముస్లిమ్. ఆయనకు విగ్రహాన్ని ముట్టుకునే అర్హత లేదు. అయితే ఎవరూ ఈ మాట అనలేదు. అంతేకాక ఆయన్నొక వీరునిలా చూశారు. అంతేకాదు అప్పటి నుంచీ పర్వ దినాలప్పుడు మా ముత్తాతకు "మొదటి మర్యాద" ఇవ్వాలని తీర్మానించారు. వేరొక మతానికి చెందిన వ్యక్తిని ఇట్లా గౌరవించడం ఇదే ప్రథమం. ఈ సంప్రదాయం చాలా సంవత్సరాలు కొనసాగిందట. అటువంటి మర్యాద మా నాన్నగారికి కూడా ఇచ్చేవారు.

ఈ సమరసభావం చాలా సంవత్సరాలు కొనసాగింది. నేనిదివరకటి అధ్యాయంలో మా నాన్నగారికి యాత్రీకులని ధనుష్కోడి చేర్చే బల్లకట్టు పడవ వుండేదని చెప్పానుకదా? ఆ పడవని దేవస్థానంవారు కూడా ఉపయోగించుకునేవారు.

మా నాన్నగారు రామేశ్వరం మసీదుకు ఇమామ్. ఆయనకు భక్తి విశ్వాసాలు మెండు. కురాన్‌పట్ల అమిత విశ్వాసం. ఒక మంచి ముస్లిమ్‌కు వుండవలసిన అన్ని లక్షణాలను తన పిల్లలకూ, మొత్తం కుటుంబానికీ అలవరచారు ఆయన. మావూరివాళ్లకు ఆయన ఒక మార్గదర్శి, సలహాదారు. ఆధ్యాత్మికమైనవే కానీ ఇతర సమస్యలూ, సందేహాలూ తీర్చుకోవడానికి ఆయన దగ్గరకు వచ్చేవాళ్ళు.

మా నాన్నగారి సన్నిహిత మిత్రులలో ఒకరు రామనాథస్వామి దేవాలయ పూజారి పక్షి లక్ష్మణశాస్త్రిగారు. ఆయన కేవలం పూజారే కాదు వేదపండితుడు కూడా. ఆయన ఆకృతి నాకింకా బాగా గుర్తు. ఎప్పుడూ పూజారి ధరించవలసిన ధోవతి, అంగవస్త్రం అనే సంప్రదాయ దుస్తులనే ధరించేవారు. సంప్రదాయ బ్రాహ్మణ చిహ్నంగా పిలక వుండేది. నెమ్మదైనవాడూ, దయాశీలీ ఆయన.

మా చిన్న పట్టణంలోని మూడవ ముఖ్యమైన వ్యక్తి ఫాదర్ బోడల్.

ఆయన మావూళ్ళో వున్న ఒకే ఒక్క చర్చిలో ప్రీస్ట్. మా నాన్నగారూ శాస్త్రి గారి వలె ఆయన కూడా చర్చికి వెళ్ళేవారి సంక్షేమాన్ని చూసేవారు. రామేశ్వరంలో ప్రశాంత వాతావరణం కల్పించడంలో తోడ్పడేవారు.

ఈ ముగ్గురు జ్ఞానులను గురించిన జ్ఞాపకాలు ఇంకా నా మనసులో ముద్రవేసుకుని వున్నాయి.

ఒకరు ఇమామ్ వలె తలపాగా ధరించి, ఇంకొకరు ధోవతి ధరించీ, మరొకరు బిషప్పులు వేసుకునే క్యాసక్ ధరించి వుండేవారు.

వీరు ముగ్గురూ ప్రతి శుక్రవారం సాయంత్రం నాలుగున్నర ప్రాంతంలో కలుసుకునేవారు. మతపరమైన విషయాలే కాక వూరి వార్తలను కూడా సమీక్షించేవారు. ఒక్కొక్కసారి ఈ ముగ్గుర్నీ కలిసి తమకొచ్చిన ఏదైనా సమస్య పరిష్కారంకోసం కొంతమంది వచ్చేవారు. లేదా ఆ ముగ్గురూ వూరి ప్రశాంతతను భంగపరిచే పరిణామాలేవైనా ఏర్పడుతుంటేనో, ఏవైనా వదంతులు వ్యాపించ బోతుంటేనో, తప్పుడు సమాచారం అందుతుంటేనో దాన్ని సరిదిద్దడానికి చేపట్టవలసిన చర్యలను గురించి చర్చించేవారు. పట్టణంలో శాంతిభద్రతలు నిలిచివుండడానికి ముఖ్యమైనది ప్రజలమధ్య సరైన సమాచార ప్రసారం. ఈ ముగ్గురు పెద్దవాళ్ళూ ఆ ప్రసారాన్ని సరిచూసుకునేవాళ్ళు. ఇంతేకాకుండా వాళ్ళు అనేక విషయాలను గురించి కూడా మాట్లాడుకునేవారు. ఊపందు కుంటున్న స్వాతంత్ర్యోద్యమం, దానిపట్ల బ్రిటిష్‌వారి వైఖరి, ఇదంతా ప్రజల మీద చూపుతున్న ప్రభావం మొదలైనవన్నీ చర్చించేవారు. తమచుట్టూ వున్న సమాజంలో అంతా సామరస్యంతో వుండి మనసులో మాటను స్వేచ్ఛగా మాట్లాడేలా చూసుకునేవారు.

నా బాల్యంలో జరిగిన ఒక సంఘటనే దీనికి ఉదాహరణ. అప్పుడు నాకు ఎనిమిదేళ్ళు. మూడవ తరగతి చదువుతున్నాను. నాకు ప్రియమైన స్నేహితులు రామనాథశాస్త్రి, అరవిందన్, శివప్రకాశం. వీళ్ళంతా బ్రాహ్మణులు. ఇందులో రామనాథన్ పక్షి లక్ష్మణశాస్త్రిగారి కొడుకు. మేము స్కూల్లోనూ బయటా కూడా ఎటువంటి వివక్ష లేకుండా మామూలుగా వుండేవాళ్ళం.

ఎక్కువగా కలిసే వుండేవాళ్ళం. మా ఊహలన్నీ కలబోసుకునేవాళ్లం. మాలో ఏ ఒక్కరు ఒకరోజు స్కూలుకు రాకపోయినా మాకు అసంపూర్తిగా అనిపించేది. క్లాసులో కూడా ఒకచోటే కూర్చునేవాళ్ళం. నేనూ రామనాథన్ ఒకే బెంచి మీద కూర్చునేవాళ్ళం.

ఈ సంఘటన గురించి చెప్పబోయేముందు అసలు మా స్కూల్ గురించి చెప్పనివ్వండి. ఆనాటి అమాయకత్వమూ, చిలిపితనము నిండిన ఎన్నో అనుభవాల జ్ఞాపకాలను నాలో నింపిన ఆ పాఠశాల గురించి చెప్పనివ్వండి. నేను 1936 నుంచీ 1944 వరకూ చదువుకున్న ఆ పాఠశాల పేరు రామేశ్వరం పంచాయతీ ప్రైమరీ స్కూలు. సముద్రపు ఒడ్డున వుండేది. అంత గట్టి కట్టడం ఏమీ కాదనుకోండి. కొన్ని గోడలు ఇటుకలతో కట్టినా, పైకప్పు మాత్రం గడ్డిదే. ఆ రోజుల్లో రామేశ్వరంలో అదొక్కటే పాఠశాల. పిల్లలందరూ అక్కడే చదువుకోవాలి. అంతా నాలుగువందలమంది బాలబాలికలం వుండే వాళ్ళం. సౌకర్యాలంటూ లేకుండా బలహీనమైన కట్టడంలో వున్నప్పటికీ ఆ పాఠశాల మాకు ఇష్టంగానే వుండేది. మేము మా ఉపాధ్యాయులను బాగా ఇష్టపడేవాళ్ళం. ముఖ్యంగా, చరిత్ర, భూగోళం, విజ్ఞానశాస్త్రం బోధించే ఉపాధ్యాయులను ఎక్కువ ఇష్టపడేవాళ్లం. ఎందుకంటే ఆ ఉపాధ్యాయులు ఇష్టంగా బోధించేవారు. మాకు బాగా అర్థం కావాలనీ మేము బాగా రాణించాలనీ అనుకునేవాళ్ళు. ఒక క్లాసులో వుండే 55 మంది పిల్లలపైనా సమానమైన శ్రద్ధ చూపడం తేలిక విషయం కాదు. మాకు కేవలం మార్కులు రావడమే వాళ్ల ఆశయం కాదు. వాళ్ళు చెప్పే విషయాలమీద మాకు బాగా ఆసక్తి కలుగచెయ్యాలనుకునేవాళ్ళు. మా ఉపాధ్యాయులలో ఒక స్వచ్ఛమైన కాంతి కనిపించేది నాకు.

ఒకరోజు ఒక విద్యార్థి గైర్హాజరైనా ఆ విద్యార్థి ఇంటికి వెళ్ళి అతని బాగోగులు విచారించేవాళ్ళు. పాఠశాలకు రాని కారణం కనుక్కునేవారు. మాకెవరికైనా బాగా ఎక్కువ మార్కులు వచ్చినా మా ఇళ్ళకు వచ్చి ఆ శుభ సమాచారాన్ని మా తల్లిదండ్రులతో పంచుకునేవాళ్ళు. మా పాఠశాల నిజంగా ఒక ఆనందనిలయం. అందులో చేరిన అందరం ఎనిమిదో క్లాసు అక్కడే

పూర్తిచేశాం. ఎవరూ మధ్యలో మానుకువెళ్ళడం నేను చూడలేదు. ప్రస్తుతం నేను దేశవ్యాప్తంగా ఎన్నో పాఠశాలలను దర్శిస్తూ వుంటాను. అందరికీ ఒకటేమాట చెబుతూ వుంటాను. "నాణ్యమైన విద్య పెద్ద భవంతులతోనూ గొప్ప సౌకర్యాలతోనూ లభించేది కాదు. గొప్ప ఉపాధ్యాయులు ప్రేమతో చెప్పేదే మంచి చదువు" అని.

సరే, మళ్ళీ అసలు సంగతికి వద్దాం. ఆ రోజుల్లో చిన్నచిన్న పాఠశాలల్లో పిల్లలకి యూనిఫామ్స్ వుండేవి కావు. వారి వారి మత సంప్రదాయం ప్రకారం వారికిష్టమైన దుస్తులు ధరించి పాఠశాలకు రావచ్చు. నా మిత్రుడు రామనాథన్‌కి వాళ్ళ నాన్నగారికి లాగానే పిలక వుండేది. (పెద్దైనాక అతను కూడా పూజారి అయినాడు) నేను అందరు ముస్లిమ్ బాలురవలె నా అల్లిక టోపీ పెట్టుకు వెళ్ళేవాడిని. మా వేషభాషలని గురించి ఎప్పుడూ ఎవరూ వ్యాఖ్యానించలేదు.

మేము మూడో క్లాసులో వుండగా మాకొక కొత్త ఉపాధ్యాయుడు వచ్చాడు. మేం అందరం చాలా సంభ్రమంగా వున్నాం ఆయన రాకపట్ల. మా చిన్న ప్రపంచంలో అది నిజంగా ఒక సంభ్రమమూ, చర్చనీయాంశమే! మా కొత్త ఉపాధ్యాయుడు ఎట్లా వుంటారో అని అందరం కుతూహలంగా వున్నాం మాతో కఠినంగా ప్రవర్తిస్తారా? ఉదారంగా వుంటారా? కోపమెక్కువా? సహనవంతుడా? ఆయన మొదటి రోజు తరగతిలోకి రాగానే మా కుతూహలం పొంగి ప్రవహించింది.

ఈయన కూడా హిందువే. బ్రాహ్మణుడు. ఆయన తరగతిలోకి వస్తూనే మమ్మల్నందర్నీ పరిశీలనగా చూశాడు. బహుశా మా అందరి విభిన్న వేషధారణ గమనించి వుంటాడు. నాకు ఇప్పుడు అనిపిస్తుంది. అక్కడి చిన్నపిల్లల మెరిసే కళ్ళని వాళ్ల కుతూహలంతో కూడిన చిరునవ్వులని ఆయన చూసి వుండడు అని. నాకైతే ఎప్పుడైనా ఇట్లా ఒక గదినిండా పిల్లలు కనిపిస్తే ముందు చూసేది అవే, మెరిసే కళ్ళు స్వచ్ఛమైన చిరునవ్వులు. కానీ ఆ రోజు ఆయన తరగతిలోకి వస్తూనే తన పనిలోకి జొరపడ్డాడు. ముందు బెంచీ దగ్గరకు వచ్చాడు. ఆయన దృష్టి నామీదా, రామనాథన్ మీదా పడింది. మేము క్లాసులో చాలా తెలివైన పిల్లలం. ఎప్పుడూ ఏదో నేర్చుకోవాలని తపన

పడేవాళ్ళం. అందుకే ముందు కూర్చుంటాం. ఆయన కళ్ళు నా టోపీ మీదా, రామనాథన్ పిలక మీదా పడ్డాయి. ఆయన మొహంమీద కాస్త చిరాకూ, అపనమ్మకం కదిలాయి. కారణం చెప్పకుండానే నా పేరు అడిగాడు. నేను పేరు చెప్పీ చెప్పకముందే నా సంచీ తీసుకుని వెనక వరుసలోకి వెళ్ళి కూచోమని ఆజ్ఞాపించాడు.

నాకు విచారమూ, అవమానమూ కలిగాయి. ఇట్లా ఎందుకు జరిగిం దనుకున్నాను. రామనాథన్ కళ్లల్లోకి నీళ్ళొచ్చాయి. నేను వెనక్కి వెడుతూండగా అతని పెద్దపెద్ద కళ్ళల్లో నీళ్ళు ఇంకా గుర్తే నాకు.

అయితే ఈ విషయాన్ని ఎవరికీ చెప్పకుండా దాచడం మాకిద్దరికీ ఇష్టం కాకపోయింది. ఆరోజే ఆ విషయాన్ని నేను మా నాన్నగారికి చెప్పాను. రామనాథన్ కూడా వాళ్ల నాన్నగారికి చెప్పాడు. వాళ్ళు దిగ్భ్రాంతి చెందారు. ఇది వాళ్ళు ఇప్పటివరకూ చేస్తూ వచ్చినదానికి విరుద్ధం. విద్యార్థులకు జ్ఞానబోధ చేసి వారి హృదయకవాటాలను తెరవవలసిన ఒక ఉపాధ్యాయుడు దానికి పూర్తి విరుద్ధంగా ప్రవర్తించడం! సహజంగా నెమ్మదస్తులైన ఆ ఇద్దరు పెద్దమనుషులూ ఇట్లా కలవరపడడం ఎప్పుడూ చూడలేదు. వాళ్ళు వెంటనే ఒకరితో ఒకరు మాట్లాడుకుని విషయనిర్ధారణ చేసుకున్నారు.

మరుసటి శుక్రవారం సాయంత్రం వాళ్ళు యథాస్థానంలో కలుసు కున్నారు. ఫాదర్ బోడల్ కూడా వచ్చారు. మా ఉపాధ్యాయుడిని పిలిపించారు. చీకటి పడబోతోంది. మా నాన్నగారూ, శాస్త్రిగారూ ఆయనకు తమ అభిప్రాయాన్ని నిష్కర్షగా చెప్పారు. భారతదేశంలోని కొన్ని ఇతర ప్రాంతాలలో తలెత్తుతున్న మతవివక్ష ఇక్కడ ఎంతమాత్రమూ ప్రవేశించకూడదనీ, పిల్లలని అట్లా వేరుచేయడం తాము సహించబోమని కూడా చెప్పారు. మతం అనేది ఐకమత్యానికి కృషిచెయ్యాలిగానీ వేరుపరచడానికి కాదనీ ఇట్లా చిన్నారి మనసులలో వేర్పాటుభావాలు నాటవద్దనీ చెప్పారు.

ఇదంతా కూడా మా ఉపాధ్యాయునికి ఎంతో మర్యాదగా, హుందాగా చెప్పారు. దేశ భవిష్యత్తుకి వారసులైన పిల్లల బాధ్యత వహించే జ్ఞానవంతుడైన

ఉపాధ్యాయుడిగా వుండాలని ఆయన అనుకోవడంలేదా అని అడిగారు. అప్పటివరకూ మౌనంగా నిలబడిన మా ఉపాధ్యాయుడు అప్పుడు నోరువిప్పి తను పిల్లలను వేరుచేయాలనుకున్నది నిజమే అని అంగీకరించాడు. అట్లా చేసినందువలన వచ్చే పరిణామాలనూ, పర్యవసానాలనూ గురించి ఆలోచించ లేదన్నాడు. తనచుట్టూ వున్న సమాజం ఆ విధంగానే నిర్మితమై వున్నందు వల్లనే అట్లా చేశాననీ, ఇందుకు భిన్నంగా తనకెవరూ చెప్పలేదనీ అన్నాడు. తను చేసిన తప్పు దిద్దుకుంటానని ప్రమాణం చేశాడు. ఆ మరునాడు తన తప్పు దిద్దుకున్నాడు కూడా.

ఆ ముగ్గురు మతపెద్దలూ ఒక తప్పును ఎంత దృఢచిత్తంతో సరిదిద్దారో నేను మొదటిసారి ప్రత్యక్షంగా చూశాను. ఆ సమస్య మరింత పెద్దది అయి ఊరంతా వ్యాపించకుండా త్వరగా దాన్ని పరిష్కరించారు. వాళ్ళ కార్యనిర్వహణా సామర్థ్యానికి అదొక ఉదాహరణగా నేను భావించాను.

ఈ చిన్న మెరుపులాంటి ఆలోచనే నా వ్యక్తిత్వానికి రూపకల్పన చేసింది. మన చర్యలను నిర్ణయించేవి మన నమ్మకాలూ, విశ్వాసాలేనని. బాహ్య ప్రభావాలూ, ప్రలోభాలూ మనలోకి వస్తూనే వుంటాయి. కానీ, మన అంతరంగంలో నిలిచిపోయిన నమ్మకాలకు మనం కట్టుబడి వుంటే అంతిమంగా మనం ప్రశాంతచిత్తులమై వుంటాము. ఎటువంటి ప్రభావాలకూ లోనవకుండా తమ వ్యక్తిత్వాలపై విశ్వాసం వున్న ప్రజలే ఇప్పుడు కావాలి మనదేశానికి.

ఇక నా మతభావాలను గురించి చెప్పాలంటే, నేను రామేశ్వరంనుంచీ సాంకేతిక వైజ్ఞానిక ప్రపంచంలోకి అడుగుపెట్టాను. నేను ఎప్పుడూ శాస్త్ర విజ్ఞానాన్ని నమ్మేవాడిని. అయినా నా చిన్నప్పటి ఆధ్యాత్మిక ప్రపంచం నాతోనే వున్నది. భగవంతుడిని గూర్చిన భిన్నమైన అభిప్రాయాలను నేను అర్థం చేసుకోగలను. భిన్న మత గ్రంథాలను చదివాను. కురాన్, గీత, బైబిల్ కూడా చదివాను. అవన్నీ కల్సి నన్నొక అసామాన్య దేశపౌరుడిగా రూపొందించాయి. భిన్న సంప్రదాయాల సమ్మేళనం రూపొందించిన వ్యక్తిని నేను. ఈ దేశంలో ఒక ముస్లిమ్‌గా వుండడంపై నా అభిప్రాయమేమిటని అడుగుతూ వుంటారు చాలామంది. అప్పుడు నేను ఎవరి మధ్యన పెరిగి వచ్చానో వారిని గురించి

చెబుతాను. మా నాన్నగారు, శాస్త్రిగారు, ఫాదర్ బోడల్! తరువాత కాలంలో మనదేశపు నైతిక విలువలను కాపాడుతున్న అటువంటివారిని మరికొంత మందిని కలుసుకున్నాననుకోండి. మనదేశం భిన్నమతాల భిన్న సంస్కృతుల సమ్మేళనంగా నిలవగలగడానికి తమదైన రీతిలో దోహదం చేస్తున్న వారున్నారు. ఇక్కడ అందరికీ స్థానమున్నది. ఊపిరి పీల్చుకునేచోటూ, అవకాశమూ వున్నది.

అయితే మనకి లోతైన సమస్యలున్నాయి. రోజురోజూ చీలికలు సృష్టించబడుతున్నాయి. కానీ మా ముత్తాత వంటివారినీ, రామేశ్వరం మసీదు యొక్క ఇమామ్‌నీ, దేవాలయ పూజారినీ రాబోయే తరాలు జ్ఞాపకం వుంచు కుంటే ముందుముందు కూడా మనం ఒక మంచి లౌకిక ప్రజాస్వామిక దేశంగా మనగలము.

మా అమ్మ, మా అక్క జోత్రో

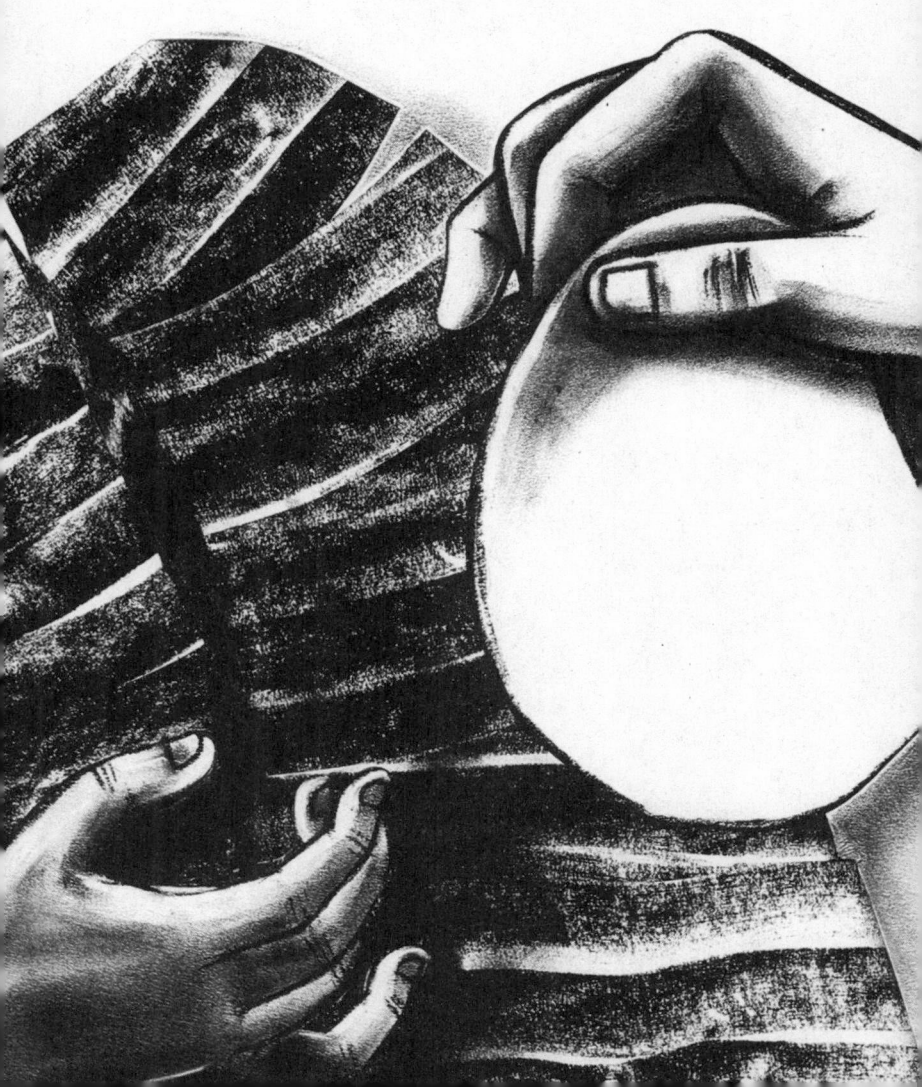

చాలా ఏళ్ల క్రిందట నేను "మా అమ్మ" అని ఒక కవిత వ్రాసాను. ఆ కవిత మొదటి పంక్తులు ఇవి :

కడలి కెరటాలు, బంగారు ఇసుక, యాత్రీకుల భక్తి
రామేశ్వరం మసీదు వీధి, అన్నింటి సమ్మేళనం
మా అమ్మ!

ఇప్పటికీ ఎంతో మధురంగా నాలో నిలిచివున్న నా చిన్నప్పటి స్మృతులన్నీ రామేశ్వరంతో ముడిపడివున్నాయి. ఆనాటి నా ప్రపంచం అంతా ఇద్దరు వ్యక్తులపై కేంద్రీకృతమై వుండేది. వాళ్ళు నా తల్లిదండ్రులు. మాది ఒక మధ్యతరగతి కుటుంబం. మా నాన్నగారు మసీదుకు ఇమామ్. అంతేకాకుండా మాకొక చిన్న వ్యాపారం కూడా వుండేది. మా అమ్మ ఆషియమ్మ మంచి కుటుంబంలోనుంచి వచ్చింది. ఆ కుటుంబంలో ఒకరికి బ్రిటిష్ ప్రభుత్వం 'బహదూర్' బిరుదు కూడా ఇచ్చింది.

మా అమ్మ చాలా నెమ్మదస్తురాలు. మా నాన్నగారివలె దైవభక్తి కల ముస్లిమ్ ఆమె. రోజుకు అయిదుసార్లు నమాజ్ చెయ్యడం నాకింకా గుర్తే. ఆమె వంగి నమాజ్ చేస్తూ వుంటే ఆమె కళ్ళల్లో అపరిమితమైన భక్తీ, ప్రశాంతతా కనిపించేవి. ఆమె మా పెద్ద కుటుంబావసరాలన్నీ చూడవలసి వచ్చేది. ఆమె శక్తి అంతా అందుకే ఖర్చుయ్యేది. మా కుటుంబంలో నా తోబుట్టువులే కాక నా తాత నానమ్మలు, బాబాయిలు అంతా కలిసి ఒక ఇంట్లోనే వుండేవాళ్ళు. మా దగ్గర అధిక సంపద ఏమీ లేదు. అప్పట్లో ఎవరికీ లేదు. ఇంతమందికీ అన్ని సౌకర్యాలు కల్పించడం అంటే ఎంత కష్టం? మా నాన్నగారి

కొబ్బరితోటల మీదా, బల్లకట్టు పడవ మీదా కొంత నికరాదాయం వచ్చేది. అది మా కనీసావసరాలకు మాత్రమే సరిపోయేది. ఇంక సరదాలూ, విలాసాల మాటే లేదు.

ఆ పరిస్థితుల్లో మా అమ్మ నిజంగా ఒక ఆదర్శ గృహిణి అనిపించుకుంది. అప్పటి మా పరిస్థితుల పట్ల ఏమాత్రం చిరాకు పడకుండా ఎంతో పొదుపుగా ఇల్లు నడిపేది. ప్రతిరోజూ మా ఇంట్లో మనుషులతోపాటు ఇంకా అనేకమంది అతిథి అభ్యాగతులు వచ్చేవారు. వచ్చినవారు మాతోపాటు భోజనం చేసేవారు. ఇప్పుడు తలుచుకుంటే నాకు అర్థం అవుతుంది. మా ఇంటి మనుషులు ఎంతమంది వుండేవారో బయటివాళ్లు కూడా అంతమంది వుండేవాళ్ళు. ఆ రోజుల్లో ఇది మామూలే. ఎవరూ ఆ విషయం గురించి ప్రస్తావించేవాళ్ళు కాదు. ఒకప్పుడు భారతదేశంలో అతిథిమర్యాద అంటే అలా వుండేది.

నాది చాలా ఆనందమయమైన భద్రమైన బాల్యం. వంటింట్లో నేలమీద మా అమ్మ పక్కన కూర్చుని భోజనం చేసినప్పటి ఒక కమ్మని జ్ఞాపకం గురించి చెబుతాను. మేము ఎప్పుడూ అరటి ఆకుల్లో తినేవాళ్ళం. అన్నమూ, సాంబారూ, ఇంట్లో పెట్టిన ఊరగాయలూ, కొబ్బరి పచ్చడీ మామూలు. ఆమె వంట సాధారణంగా వున్నట్లు భ్రమపెడుతుంది కానీ అసాధారణంగా వుంటుంది. ఆమె పెట్టే సాంబారంత రుచికరమైన సాంబారు నేనింతవరకూ ఎరగను. భోజనానికి సంబంధించిన ఇంకో జ్ఞాపకం కూడా వుంది.

రెండవ ప్రపంచయుద్ధపు కాలంలో ఆహారానికి రేషన్ వుండేది. ఆహార పదార్థాలన్నింటికీ కొరతగానే వుండేది. ఆ కష్టకాలాన్ని దాటడానికి మా అమ్మా, మా నాయనమ్మా చాలా యాతన పడ్డారు. ఏదీ వ్యర్థం కాకుండా చూసుకునే వారు. ఒక్కొక్కసారి తాము తినేది తగ్గించుకుని పిల్లలకు కడుపునిండా పెట్టేవారు. ఒకరోజు మా అమ్మ చపాతీలు చేస్తున్నది. నేను పక్కనే నేలమీద కూచుని ఆమె కాల్చిన చపాతీలు ఒకటొకటే తినేస్తున్నాను. ఆవిడ కాలుస్తున్నది. నేను తింటున్నాను. కడుపు నిండాక ఆకు మడిచి లేచిపోయాను. ఆ రాత్రి మా అన్న నన్ను పక్కకు తీసుకువెళ్ళి సున్నితంగా మందలించాడు "అంత చూసుకోకుండా ఎట్లా వుంటావు, అబ్దుల్?" అని.

మొదట్లో ఆయన అనేది నాకు అర్థం కాలేదు. ఆయనవంక అయోమయంగా చూసాను. మా అన్న తరువాత మెల్లగా చెప్పాడు "మనందరికీ తలా రెండు మూడు చపాతీలకన్న ఎక్కువ వుండవని తెలీదా? అమ్మ నీకు ఎప్పుడూ తక్కువ చెయ్యదు. నీకు లేదని చెప్పలేదు. నువ్వు అట్లా తింటూ వుంటే ఆవిడ పెడుతూ పోయింది. ఈ రాత్రి ఆవిడ ఆకలితో పడుకోవాల్సిందే! ఆవిడకు తినడానికి ఏమీ మిగల్లేదు" అన్నాడు.

ఆ క్షణం సిగ్గుతో తల దించుకున్నాను. మా అమ్మకి వేదన కలిగించాను. ఆమె పైకి బలహీనంగా కనిపించినా చాలా గట్టిమనిషి. నా గుండె పగిలి పోయింది. ఎవరికీ మొహం చూపించలేక నాలో నేనే బాగా ఏడ్చాను. కొన్ని రోజుల తరువాత గానీ మా అమ్మ మొహంలోకి సూటిగా చూడలేకపోయాను. మన పక్కనున్నవారి గురించి పట్టించుకోవాలన్న ఒక పెద్ద పాఠం అది నాకు. నాపట్ల ఆమెకున్న ప్రేమ తన ఆహారాన్ని నాకోసం త్యాగం చేయించింది. మా అన్న చెప్పిన తరువాత మళ్ళీ అందరికీ సరిపోతాయా లేదా అని చూసుకోకుండా ఎప్పుడూ తినలేదు నేను. ముఖ్యంగా అమ్మకీ, నాయనమ్మకీ మిగులుతాయా లేదా అని చూడకుండా తినలేదు.

మరొక విభిన్నమైన పెద్ద పట్నంలో చదువుకోవడానికి నేను చిన్నప్పుడే రామేశ్వరం విడిచి వెళ్ళాను. అందుచేత అమ్మ గారాల కొడుకుగా ఇంకా కొన్నాళ్ళు వుండలేకపోయాను. మా స్నేహితులు చాలామంది అప్పటికింకా రామేశ్వరంలో వాళ్ళ అమ్మల దగ్గరే వున్నారు. అమ్మ దగ్గర లేకపోయినా, ఆమె ప్రేమా, శ్రద్ధా, కరుణా నా హృదయంలో పదిలంగా వుండిపోయాయి.

రెండవ ప్రపంచయుద్ధకాలంలో నాకు ఎనిమిదేళ్ళప్పుడు నేను వార్తాపత్రికల కుర్రాడిగా పనిచేసిన సంగతి చెప్పాను కదా! ఉషోదయానికి ముందే నిద్ర లేచేవాడిని. నా ట్యూషన్ క్లాసుకు, కురాన్ క్లాసుకు వెళ్ళొచ్చి పత్రికలు పంచేవాడిని. తరువాత పాఠశాలకు వెళ్ళేవాడిని. సాయంత్రం ఇంటికొచ్చి మళ్ళీ మరునాటి పాఠాలు చదువుకునేవాడిని. వీటన్నిటివెనుక మా అమ్మ కొండంత అండగా వుండేది నాకు. పొద్దున ఆమె నాకన్న ముందు నిద్రలేచేది. నాకు స్నానానికి నీళ్ళు పెట్టేది. నన్ను సాగనంపేది. మళ్ళీ గంటకో రెండు గంటలకో

నేను మా నాన్నగారిలో అరబిక్ పాఠశాలకు కురాన్ నేర్చుకోవడానికి వెళ్ళడానికి వచ్చేదాకా నాకోసం నిరీక్షిస్తూ వుండేది. ఈ పనులన్నింటికీ మధ్య నేను తినడానికి మాత్రమే ఇంటికి వచ్చేవాడిని. నేనొచ్చేసరికి నా భోజనం సిద్ధంగా వుండేది. నేను కడుపునిండా తినాలని మా అమ్మ ఎన్నోసార్లు తన భోజనం తగ్గించుకునేది. ఆ సంగతి నేను అడిగినప్పుడల్లా ఆమె "నువ్వు పెరిగే పిల్లవాడివి. రోజంతా బోలెడు పని నీకు. తల్లులంతా అంతే! నువ్వేం బాధ పడకు" అనేది. సాయంత్రం నేను అలసిపోయి వచ్చేసరికి మళ్ళీ నన్ను స్నానం చేయించి మరునాటికి నన్ను సిద్ధం చేసేది.

నా తోడబుట్టిన వారందరిలోకీ నాకే ఎక్కువ ప్రాముఖ్యం ఇచ్చేది. ఒకసారి ఆమె వొళ్ళో తలపెట్టుకుని అలాగే నిద్రపోయాను. ఆమె అలాగే నా బుగ్గల్నీ జుట్టునీ నిమురుతూ కూర్చుంది. అలసిన నా శరీరానికి ఆమె స్పర్శ ఒక మృదులేపనంలా అనిపించింది. నాకు తెలియకుండానే నా హృదయం ఉప్పొంగి కన్నీళ్ళు తన్నుకొచ్చాయి. వాటిని నేను ఆపలేకపోయాను. అట్లాగే పొర్లి వచ్చాయి. అవి నా ముడుచుకున్న మోకాళ్ళమీద పడి అక్కడనుంచీ ఆమె చీరలోకి ఇంకాయి. కానీ ఆమె నా తల నిమరడం ఆపలేదు. ఆ కన్నీళ్ళకి కారణం ఆమెకు తెలుసు. పెద్దవాడిలా ప్రవర్తించడానికి ప్రయత్నిస్తున్న ఒక చిన్నపిల్లవాడి అలసట అది! ఆమె వేళ్ళు నా తలలో మృదువుగా కదులు తున్నాయి నన్ను అర్థం చేసుకుంటున్నట్లు, సాంత్వనపరుస్తున్నట్లు.

దక్షిణ భారతదేశంలోని ఒక చిన్న పట్టణంలో పుట్టి పెరిగి వచ్చిన ఈ సాధారణ స్త్రీవంటివారే బహుశా మనదేశంలో తల్లులందరూ! తనెప్పుడూ ఇల్లు కదిలి బయటికి వచ్చి ఊరి వ్యవహారాల్లో పాలుపంచుకున్నది లేదు. ఈ రోజుల్లో మనం అనుకుంటున్నట్లు ఒక ఉద్యోగం చెయ్యలేదు. ఆమె లోకమంతా ఇల్లూ, కుటుంబమే! ఆ చిన్ని లోకంలోనే ఆమె భగవంతుడిని భక్తితోనూ, మా అందర్ని ప్రేమతోనూ కొలిచింది. ఆమె జీవితంనుంచీ నేను నేర్చుకున్న పాఠం ఇదే! మనం మెసిలే ప్రపంచం ఎంత పెద్దదీ ఎంత చిన్నదీ అని కాదు. మనం మన కర్తవ్యం ఎంతదాకా నిభాయించామన్నదే ముఖ్యం.

మా నాన్నగారు 102 సంవత్సరాలు జీవించారు. ఒక పెద్ద కుటుంబాన్ని

వదిలిపోయారు. పదిహేనుమంది మనుమలూ, మనవరాళ్ళతో సహా. ఆయన మరణం నన్ను బాగా ప్రభావితం చేసింది. నేను అప్పుడు పనిచేస్తున్న తుంబా నుంచీ వచ్చి మా అమ్మ పక్కన చాలాసేపు మౌనంగా కూర్చున్నాను. నేను వెడుతున్నానని చెప్పినప్పుడు ఆవిడ నన్ను రుద్ధకంఠంతో ఆశీర్వదించింది. అప్పుడు నేను SLV-3 రాకెట్ నిర్మాణంలో మునిగివున్నాను. అందుచేత త్వరగా వెళ్ళవలసి వచ్చింది. ఆమె నన్ను వుండమని అనలేదు. కానీ నేనే వుండవలసింది కదా? వయోభారంతోనూ, భర్త పోయిన దుఃఖంతోనూ వున్న ఆమెను విడిచి ఉద్యోగమే ముఖ్యం అనుకుని వెళ్ళి వుండకూడదేమో! ఆమెతో కొంతకాలం గడిపి వుండాల్సిందేమో! అవును, ఆ తరువాత మరి ఆమెను చూడలేకపోయాను. ఈ ప్రశ్న నన్ను నేను ఎన్నోసార్లు వేసుకున్నాను. సరైన సమాధానమే రాలేదు. మా నాన్నగారి మరణం తరువాత త్వరలోనే అమ్మ కూడా వెళ్ళిపోయింది. ఎనభై సంవత్సరాలు ఆమెతో వున్న ఆయన లేకుండా ఒంటరిగా వుండలేకపోయింది.

ఆమె మరణవార్త వినగానే రామేశ్వరం వెడుతూంటే ఆమె జ్ఞాపకాలు నన్ను చుట్టుముట్టాయి. నన్ను సృష్టించిన ఆ ఇద్దరు వ్యక్తులు కేవలం నాకొక శరీరం ఇవ్వడంకాక నాకొక మంచి వ్యక్తిత్వాన్నిచ్చారు. నన్ను తీర్చిదిద్దారు. ఇప్పుడిక లేరు. వారి మార్గదర్శనం లేకుండానే నేను నా జీవనగమనం సాగించాలి. నాకు తెలుసు. వాళ్ళిద్దరూ ఒకరు లేకుండా ఒకరు ఎక్కువ కాలం బ్రతకలేరు. ఆ విషయం నేను మసీదుకు వెళ్ళినప్పుడు అర్థం అయింది. ఆ మసీదుకే నేను మా నాన్నగారితో రోజూ ప్రార్థనకు వెళ్ళేవాడిని. ఒకప్పుడు ఆ మసీదులో చేసే అజాన్ మమ్మల్నందరినీ ఒకచోటికి చేర్చేది. మా తల్లి దండ్రులు పిల్లలందరినీ నడిపించేవారు. ఇప్పుడదొక తియ్యని బాల్యస్మృతి, అంతే! కాలగర్భంలో కలిసిపోయిన తల్లిదండ్రులు. తన కొడుకు హృదయపు లోతుల్లోని భావాలను గుర్తెరిగిన తల్లి ఆమె. ఆమె స్మృతులన్నీ నా హృదయంలో పదిలంగా వున్నాయి.

◆

మా అక్క జోహ్రా

మాది పెద్ద కుటుంబం. మా పదిమంది తోబుట్టువులలో నేను ఒకడిని. మా చిన్నప్పుడు మా ఇంట్లో మా తోబుట్టువులమే కాక, మా నాన్నగారి అన్న తమ్ముల పిల్లలు, దూరపు బంధువుల పిల్లలు కూడా వుండేవాళ్ళు. మాకు ఎన్నడూ విసుగనేదే లేకుండా పెరిగాము. చెట్లెక్కుతూ, ఏదో ఒక ఆట ఆడుతూ, ఏ ప్రదేశమో చూడ్డానికి వెడుతూ వుండేవాళ్లం. మా పిల్ల గుంపు అంతా ఎపుడూ సంతోషంగా వుండేవాళ్లం. చిన్న చిన్న తగాదాలొచ్చినా మళ్ళీ సర్దుకుంటూ కలిసిపోతూ వుండేవాళ్ళం. చిలిపి పనులు చేసేవాళ్ళం. అయినా ఒకరికొకరు సాయం చేసుకునేవాళ్ళం.

మా అక్క జోహ్రా పెద్ద పిల్లలలో ఒకర్తి. ఆ కాలంలో ఆడపిల్లలందరివలె పెరిగింది. పాఠశాలకి వెళ్ళి చదివింది. అయినా తనకి వీలైనంతగా ఇంటి పనుల్లో అమ్మకు సాయం చేసేది. మా అమ్మకి చాలా సన్నిహితంగా వుండేది. వాళ్ళిద్దరూ కుటుంబంకోసం చాలా కష్టపడి పనిచేసేవాళ్లు. అందువలన వాళ్ల మధ్య తల్లీకూతుళ్ల బంధమే కాక, స్నేహం కూడా బాగా బలపడింది. వంట చెయ్యడం, గిన్నెలవీ కడగడం, చిన్నపిల్లల్ని చూసుకోవడం, వాళ్ల ముక్కులూ మూతులూ తుడవడం వంటి పనులన్నీ అమ్మతో కలిసి చేసేది జోహ్రా. మా అమ్మవలెనే మా అక్కకు కూడా నేనంటే ఆపేక్ష ఎక్కువ వుండేది. నేను అందరు పిల్లల్లా సందడి చెయ్యకుండా ఒక పుస్తకమో, పత్రికో పుచ్చుకుని కూచోడం వల్లనేమో! మొదటినుంచీ కూడా నేను స్వప్న సంచారినేమో! జోహ్రా నన్నెప్పుడూ కనిపెట్టుకుని వుండేది. తన చిన్న తమ్ముడిలో అమాయకత్వం చెరిగిపోకుండా చూసుకునేది.

నాకు బాగా చిన్నప్పుడు మా బంధువు జలాలుద్దీన్ మా జీవితాల్లో ప్రవేశించాడు. మా చిన్ని ప్రపంచంలోకి ఆయన ఒక కొత్త ఊపిరిలా ప్రవేశించాడు. ఆయన మాధ్యమిక తరగతులవరకూ చదువుకున్నాడు. ఇంగ్లీష్ వ్రాయడం, చదవడం వచ్చు. అంతేకాక ఆయన జీవిత దృక్పథం చాలా విశాలమైనది. రామేశ్వరాన్ని మించినది. ఆయన త్వరలోనే మా కుటుంబంలో ఒకరైనాడు.

జలాలుద్దీన్‌కు నేనంటే బాగా ఇష్టమేర్పడింది. ఆయన నా కుతూహలా న్నంతా సహించేవాడు. నేను వేసే ప్రశ్నలకు ఓపిగ్గా సమాధానాలిచ్చేవాడు. నాచుట్టూ నేను చూసే విషయాలపై నాకెన్నో సందేహాలొచ్చేవి. చాలా ప్రశ్న లడిగేవాడిని. పక్షులు ఎందుకు ఎగురుతాయి, వర్షం ఎట్లా ఏర్పడుతుంది, రైలు ఇంజన్లు ఎట్లా పనిచేస్తాయి, మొదలైన అనేక ప్రశ్నలు వేసేవాడిని. నేను రామేశ్వరం స్కూల్ చదువుని మించిపోయానని జలాలుద్దీన్‌కు అర్థమైంది. నన్ను ఇక్కడకన్న మంచిదీ పెద్దదీ అయిన పాఠశాల వున్న రామనాథపురం పంపి చదివించమని మా నాన్నగారికి చెప్పాడు.

నా జీవితం సాగిపోతోంది. నేను రామనాథపురంలో చదువు పూర్తి చేసుకుని మద్రాసులోని మద్రాస్ ఇన్‌స్టిట్యూట్ ఆఫ్ టెక్నాలజీలో చేరడానికి నిర్ణయించుకున్నాను. ఈలోగా మా అక్క జోహ్రాకీ జలాలుద్దీన్‌కూ వివాహ మైంది. వాళ్లిద్దరు నన్నూ, నా స్వప్నాలనూ సమర్థించేవారిలో ప్రథములు. నా కలలకు రెక్కలివ్వాలని మా అక్క జోహ్రా భావించింది. మా బావగారైన జలాలుద్దీన్ ఎప్పుడూ నన్ను తీర్చిదిద్దేవారే! అయినప్పటికీ మా ఆర్థిక పరిస్థితిలో అప్పటికీ కూడా పెద్ద మార్పు లేదు. మా ఇంటి నిర్వహణ అంతా మా నాన్నగారి పడవ వ్యాపారం మీదే ఆధారపడి వుంది. అటువంటప్పుడు MIT లో చేరడానికి కావల్సిన 600 రూపాయల ఫీజు ఎక్కడనుంచీ తేగలం? ఇప్పుడు ఆ మొత్తం చాలా చిన్నదిగా కనిపించవచ్చు, కానీ ఆ రోజులలో అది లక్ష రూపాయలతో సమానం.

అప్పుడు నేను మా అక్కలోని స్థిరచిత్తాన్ని చూశాను. "నా తమ్ముడి చదువును ఏదీ ఆపలేదు" అని తన భర్తకు చెప్పింది. మా అమ్మానాన్నగార్లు కొంత డబ్బు కూడబెట్టి ఆమెకు కొద్దిగా బంగారం పెట్టారు. సాధారణంగా మనదేశంలో స్త్రీలు పండగలకీ, పబ్బాలకీ బంగారం వస్తువులు పెట్టుకుంటారు. అంతేకాకుండా బంగారాన్ని అవసరంలో ఆదుకునే ఆస్తిగా కూడా చూస్తారు. కానీ మా అక్క మరొక్క క్షణం కూడా ఆలోచించకుండా తన బంగారం తాకట్టుపెట్టి నాకు డబ్బు సమకూర్చింది. ఆమె వివాహిత అయివుండీ తన కొక కుటుంబం వుండీ, ఆ బంగారం తన కుటుంబానికి కూడా అవసరానికి పనికొస్తుందని ఆలోచించలేదు.

ఆమె ఈ చర్యకి నేను కదిలిపోయాను. నాకోసం మరొకరు చేసిన నిస్వార్థ సహాయం అది. నాకు సమస్య వచ్చినప్పుడు దానికి పరిష్కారం జోహ్రా దగ్గర వున్నది. ఒక్క క్షణం కూడా ఆలోచించకుండా హృదయపూర్వకంగా తను చేయగల సాయం చేసింది. నా సామర్థ్యం మీద ఆమెకు నమ్మకమున్నది. ఒకనాడు నేను ఇంజనీర్ అవుతానని. ఆమె బంగారుగాజులూ, గొలుసూ తాకట్టుపెట్టి డబ్బు తెచ్చింది. నేను MIT లో చేరాను... నాకు సంపాదన రాగానే ఆమె వస్తువులు విడిపించి ఇవ్వాలని. అప్పుడే నాకు నేను ప్రమాణం చేసుకున్నాను నేను బాగా చదువుకుని స్కాలర్‌షిప్ తెచ్చుకున్నాను. త్వరలోనే ఆమె నగలు విడిపించాను.

మా అమ్మలాగే జోహ్రా కూడా తన జీవితాంతం రామేశ్వరంలోనే గడిపింది. ఆమె సమర్థురాలు, నిజాయితీపరురాలు, ఎప్పుడూ సంతోషంగా వుండేది. మా అమ్మా, జోహ్రా ఇద్దరూ సాధారణ భారతీయ స్త్రీలలో వుండే నిబ్బరానికీ, ఉపజ్ఞతకీ ఉదాహరణలు అనుకుంటాను. వీళ్ళు పరిస్థితులకు తలవొగ్గరు, తమ స్వంత కలలనూ, ఆశలనూ వదులుకుంటూనే జీవితం సాగిస్తారు. తన భర్త కోరికలు, ఆశలు, తన పిల్లల సంక్షేమమే కోరుకుంటారు. ఇవే ఆలోచిస్తారు... తన తల్లిదండ్రుల గురించీ, అన్నదమ్ముల గురించీ, అక్కచెల్లెళ్ళ గురించీ ఆలోచిస్తారు. ఇవ్వన్నీ అయినాకే చివరికి తమ గురించి తాము ఆలోచించుకుంటారు. తన స్వంత కలలెక్కడ? సంప్రదాయాలూ, సందర్భాలూ ఆమెనెప్పుడూ పరీక్షకు పెడుతూనే వుంటాయి. రాజీపడుతూ, పొదుపుచేస్తూ కొత్త మార్గాలు కనిపెడుతూ వుండాలి. అయినా ఆమె తన కుటుంబాన్ని అనేక క్లిష్టపరిస్థితులనుంచీ కాపాడడానికి మార్గాలు వెతుకుతూ వుంటుంది. ఆ పని ప్రేమతో చేస్తుంది. అదే మన హృదయాన్ని ముంచి వేస్తుంది.

నన్ను మలచిన మొదటి వ్యక్తి
అహమ్మద్ జలాలుద్దీన్

నా జీవితంలో ఏర్పడిన కొన్ని క్లిష్ట పరిస్థితుల్లో, కొందరు విలక్షణమైన వ్యక్తులు పూనుకుని నా జీవితాన్ని తీర్చిదిద్దారు. నా జీవితపథాన్నే మార్చివేశారు. వీరికి నేను ఎప్పుడూ కృతజ్ఞతాబద్ధుడనై వుంటాను. ప్రతిరోజూ తలుచుకుంటాను. ఇప్పుడు గానీ ప్రపంచంలోవున్న సమయం అంతా నాకు అందుబాటులో వుంటే నేను నా జీవితాన్ని తీర్చిదిద్దిన ఈ వ్యక్తుల్నే తలుచుకుంటూ గడిపేస్తాను. వాళ్ళు నాకు వెచ్చదనాన్నిచ్చిన సూర్యుడి వంటివారు. నన్ను కౌగలించుకున్న దివ్యమారుతం లాంటి వాళ్ళు. అటువంటి ఒక వ్యక్తి అహమ్మద్ జలాలుద్దీన్.

నాకు బాగా చిన్నప్పుడు మా నాన్నగారు ఒక పడవ తయారుచేయించి దానితో వ్యాపారం చెయ్యాలనుకున్నారు. ఆ పడవ ఆకృతి దాల్చడాన్ని మంత్ర ముగ్ధుడిలా చూస్తూ వుండేవాడిని. ఒక్కొక్క చెక్కా తనతన స్థానాల్లో అమరి పడవకొక ఆకారం రాగానే నేను సముద్రపొడ్డున అది తయారౌతున్న ప్రదేశం నుంచీ ఇవతలికి రాలేకపోయేవాణ్ణి. రామేశ్వరంలోనే వుంటూ మా నాన్నగారికి పడవ నిర్మాణంలో సాయం చేసే జలాలుద్దీన్ పడవపట్ల నా ఆసక్తిని ముందుగా గమనించాడు. ఎవరి పనులమీద వాళ్ళు హడావుడిగా వుండే తక్కిన పెద్ద వాళ్ళలా కాకుండా అతను రోజూ నాతో కాసేపు కబుర్లాడేవాడు. మేము పడవ గురించీ, దాన్ని ఎట్లా తయారుచేసి రంగులు వెయ్యాలి అనీ, ఇంకా ఏమేం చెయ్యాలీ అనీ మాట్లాడుకునేవాళ్ళం. అప్పటినుంచీ మా ఇద్దరిమధ్యా ఒక అసాధారణమైన స్నేహం ఏర్పడింది. నేనేమో చిన్నపిల్లవాడిని, అతనేమో నాకన్న పదిహేనేళ్ళు పెద్దవాడు. తెలివి కలవాడు.

మా సంభాషణలు ఇతర విషయాల మీదకు కూడా మళ్ళేవి. అట్లా రోజులు

సంవత్సరాలుగా మారిన తరువాత అతను మా అక్క జోహ్రాను పెళ్లి చేసుకుని నాకు బావగారయ్యాడు. అప్పుడు మా బంధుత్వం మరింత బలపడింది. ఆ కాలంలో మేం ఇద్దరం రామేశ్వరం వీధుల్లో నడవడం నాకు బాగా గుర్తు. ప్రతిరోజూ మేము మా ఇల్లున్న మసీదువీధినుంచీ బయలుదేరి సముద్రపు ఒడ్డు వైపుగా నడిచేవాళ్ళం. అప్పుడు పట్టణం అంతా బాగా హడావుడిగా వుండేది. యాత్రీకులు దేవాలయానికి రాకపోకలు సాగిస్తూ వుండేవారు. మేము ముందు శివుని గుడి దగ్గర ఆగేవాళ్ళం. అక్కడ ప్రదక్షిణలు చేసేవారితో అడుగులు కలిపేవాళ్ళం. కొంతమంది కొన్ని అడుగుల తరువాత మోకాళ్లమీద నిలబడి ప్రార్థించేవాళ్ళు. మరికొంతమంది సాష్టాంగపడేవారు, కొంతమంది తమ పెద్దవాళ్లకి సాయంచేస్తూ వుండేవాళ్ళు. అప్పుడు మా ఆలోచనలు కూడా ఆధ్యాత్మికత వైపే మళ్ళేవి. భగవంతుడి గురించి మాట్లాడుకునేవాళ్ళం.

జలాలుద్దీన్ దైవభక్తికీ, మా నాన్నగారిలో నేను చూసిన దైవభక్తికీ తేడా గమనించాను. మా నాన్నగారు మతనియమాలన్నీ యథావిధిగా పాటించేవారు. కేవలం బాహ్యంగానే కాదు, ఆయన అంతరంగం కూడా భక్తి ప్రపూర్ణమైనది. ఆహారం తీసుకోవడం, ఊపిరి పీల్చడం వలెనే నమాజ్ చెయ్యడం కూడా ఆయనకొక సహజ ప్రక్రియ. జలాలుద్దీన్ కూడా దైవభక్తి కలవాడే. అయితే అతనికి భగవంతుడు స్నేహితునిలాంటివాడు. అతను ఒక స్నేహితునికి చెప్పుకున్నట్లు తన సమస్యలన్నీ భగవంతునితో చెప్పుకునేవాడు. ఆయనతో మాట్లాడేవాడు. తను తన సమస్యలు చెప్పుకున్నప్పుడు భగవంతుడు స్పందించకపోవడమనేది అతని ఊహకు కూడా అందదు. మేము ఆ యాత్రీకులతో కలసి నడుస్తున్నప్పుడు వారి క్రతువులను గమనిస్తున్నప్పుడూ, అదే సమయంలో జలాలుద్దీన్ చెప్పేది వింటున్నప్పుడూ నా మనస్సులో రెండు మతాలూ ఒకటిగా కలిసిపోయేవి. ఈ రామేశ్వరంలోని ప్రశాంత వాతావరణంలో భిన్నమైన వ్యక్తులు భిన్నమైన భాషల్లో భిన్నమైన విశ్వాసాల్తో భిన్నమైన దేవుళ్లను చేరుకోవడం సాధ్యమేనా? కాకపోవచ్చు. అందరి ప్రార్థనలూ వినే దేవుడు ఒక్కడే అనుకునేవాడిని. నా స్నేహితుడు జలాలుద్దీన్‌కు ప్రతిచోటా భగవంతుడిని చూడగలగడానికి ఆయనతో ఒక ప్రత్యేక బంధం ఏమైనా

వుందా అనిపించి ఆశ్చర్యపడేవాడిని.

జలాలుద్దీన్ ఉన్నతవిద్య ఏమీ అభ్యసించలేదు. అతను ఎనిమిదో తరగతి మాత్రమే పూర్తిచెయ్యగలిగాడు. తరువాత కుటుంబపోషణ కోసం పని చెయ్య వలసి వచ్చింది. అయితే రామేశ్వరంలో ఇంగ్లీష్ తెలిసినవాళ్ళల్లో అతనొకడు. అతనికి ఇంగ్లీష్ చదవనూ, వ్రాయనూ వచ్చు. అందుకనే ఏవైనా అర్జీలు వ్రాసిపెట్టవలసి వచ్చినా, అధికారులకు ఉత్తరాలు వ్రాయవలసి వచ్చినా, చాలామంది అతన్ని ఆశ్రయించేవాళ్ళు. ఆ విధంగా పట్టణవాసులు అతన్ని బాగా గౌరవించడం చూసి నేనూ అతనిలాగే వుండాలనీ, ఎంత వీలైతే అంత చదువుకోవాలనీ అనుకునేవాడిని. చదువుకున్నవాడవడం వల్లనే జలాలుద్దీన్ కూడా చదువుపట్ల నా ఆసక్తినీ, జ్ఞానకాంక్షనూ అందరికన్న ముందు గుర్తించాడను కుంటాను. ఆ రోజుల్లో నాకు అనేక విషయాలను గురించి తెలుసుకోవాలని విపరీతమైన ఆసక్తి వుండేది. అదొక తీరని దాహంలా వుండేది. మా బావగారు జలాలుద్దీనే నా ప్రశ్నలన్నీ విని నన్ను పట్టించుకునేవాడు. నేను ప్రశ్నలమీద ప్రశ్నలు సంధిస్తూ వుంటే ఆయన అతిసహనంతో తనకు తెలిసినంతవరకూ చెప్పేవాడు. మా దైనందిన జీవితానికి అవతల అనేక విషయాల గురించి నాకు ఎంతో చెప్పాడు. ప్రకృతి గురించి, విజ్ఞానశాస్త్రం గురించి, గొప్ప వ్యక్తుల్ని గురించి అట్లా.

నేనెప్పుడూ ఒక విషయం గురించి ఆలోచించేవాడిని. మన వ్యక్తిత్వాలు ఎలా రూపొందుతాయి? ఎంతవరకూ సహజాతాలు? ఎంతవరకూ పరిసర ప్రభావితాలు? ఇప్పుడు నా జీవితాన్ని వెనక్కు తిరిగి చూసుకుంటే నా సన్నిహితులనుంచీ నాకు అబ్బిన కొన్ని గుణాలను చెప్పగలను. నా తల్లిదండ్రుల నుంచీ నిజాయితీ, క్రమశిక్షణ, దయ, విశ్వాసం అలవడినాయి. నా సన్నిహిత మిత్రులు జలాలుద్దీన్ షమ్సుద్దీన్ల నుంచీ ఒక విషయం గ్రహించాను. ఈ ప్రపంచంలో ప్రతి వ్యక్తికి ఒక ప్రత్యేకత వుంటుందనే విషయం. వీళ్ళే నాలో చురుకుదనాన్ని గుర్తించారు. నన్ను ప్రోత్సహించారు. వారు మరీ అధునాతన భావాలు కలవారేమీ కాదు. కానీ జీవితంపట్ల వారికి జన్మతో వచ్చిన నమ్మకం వుంది. నాలో జనించే కోర్కెలనూ, ఆశలనూ నేను నోరువిప్పి చెప్పకముందే

వాళ్ళు గ్రహించారు. నాలో వున్న ఆశలని వారే బయటకు తెచ్చి నా జీవిత గమ్యాన్ని నిర్ణయించుకునేలా చేశారు.

నేను పెద్దవాడినయ్యాక రామేశ్వరానికే అతుక్కుని వుండవద్దని నన్ను ప్రోత్సహించిన వాడు జలాలుద్దీన్... ఇంతకన్న పెద్ద పట్నంలో ఇంతకన్న పెద్ద స్కూల్లో చదువుకోవాలనుకున్నప్పుడు అందుకు తగ్గ ఏర్పాట్లు చేసింది కూడా జలాలుద్దీనే. నాతో రామనాథపురం వచ్చి అక్కడ స్క్వార్జ్ హైస్కూల్లో నన్ను చేర్పించింది అతనే. పుట్టి పెరిగిన రామేశ్వరం తప్ప మరొక ఊరు ఎరుగని ఒక చిన్నపిల్లవాడికి అదొక పెద్ద మార్పు. నేను నా కుటుంబాన్నీ, నా పరిసరాలనూ, మా అమ్మనూ, ఆవిడ చేసిపెట్టే వంటల్నీ వదిలి వచ్చాను. ఆ సమయంలో నాకు సానుకూలంగా ఆలోచించడం నేర్పింది జలాలుద్దీన్... ఒక మంచి చదువుకోసం, నా కలలసాకారంకోసం నేను నా దిగుళ్లను అదుపులో వుంచుకోవలసిన అవసరాన్ని తెలియచెప్పిన వాడు జలాలుద్దీన్... నాకు ఎప్పుడు ఇంటిమీద బెంగ కలిగినా అతని మాటల్ని గుర్తుతెచ్చుకునేవాడిని. నాకు బొత్తిగా పరిచయంలేని ఒక బోర్డింగ్ స్కూల్లో వుండి చదువుకునే ధైర్యం అతని మాటలే ఇచ్చాయి నాకు.

నేను పెద్దవాడినై, నా చర్యలపై నాకు అదుపు ఏర్పడేవరకూ నా జీవితంలోని ప్రతి స్థాయిలోనూ నావెంట వున్నవాడు జలాలుద్దీన్. నేను తడబడితే అతను నన్ను లేపి నిలబెట్టాడు. ఇంకా నావల్ల కాదనుకున్నప్పుడు నన్ను ప్రోత్సహించాడు, బయటి ప్రపంచంలోకి స్వంతంగా అడుగులు వేస్తున్నప్పుడు నాపక్క నిలబడ్డవాడూ జలాలుద్దీనే...

నేను నాసా (NASA)లో ఆరునెలల శిక్షణ కోసం అమెరికా వెళ్ళేటప్పుడు అతనూ షమ్సుద్దీనూ నావెంట బాంబే (ఇప్పుడు ముంబయ్) ఎయిర్‌పోర్ట్ వరకూ వచ్చిన రోజును నేనెలా మర్చిపోగలను? ఒక ఇరవై సంవత్సరాల క్రితం రామేశ్వరంలో ఎవరూ ఊహించి వుండని విధంగా నేను అమెరికాలోని నాసాకు శిక్షణ కోసం వెడుతున్నాను. అప్పటికి నేను ఇంజనీర్ని అయ్యాను. ఇండియన్ నేషనల్ కమిటీ ఫర్ స్పేస్ రీసెర్చ్ (INCOSPAR) లో రాకెట్ ఇంజనీరుగా వున్నాను. ఆ సంస్థే నన్ను అమెరికా పంపిస్తున్నది.

జలాలుద్దీన్, షమ్సుద్దీన్లు నాకు శాంటాక్రజ్ ఎయిర్పోర్ట్లో వీడ్కోలు ఇచ్చారు. విదేశానికి వెడుతున్న నా భయం బాంబే వంటి మహానగరానికి వచ్చినవాళ్ల కళ్లలో ప్రతిఫలించింది. అయినా వాళ్ళు తమ హుందాతనాన్ని వీడలేదు. వాళ్లను విమానాశ్రయ ద్వారం దగ్గర చూసిన నాకు, వారివద్దనుంచీ ఆశావాదమూ, సానుకూల ఆలోచనలూ తరంగాలవలె నన్ను సమీపిస్తున్నట్లనిపించింది. వాళ్ళు నాలో ఎప్పుడూ మంచినే చూసిన వ్యక్తులు. నేనెప్పుడూ ఋజుమార్గంలోనే నడుస్తానని నమ్మినవాళ్ళు. వాళ్లపై ప్రేమతో నా కళ్ళవెంట నీళ్ళొచ్చాయి. కన్నీటి మసకలోనే వాళ్లను స్పృశించాను. అప్పుడు జలాలుద్దీన్ ఇలా అన్నాడు “అబ్దుల్! నిన్ను ఎప్పుడూ ప్రేమిస్తాం మేము. నీలో మాకు నమ్మకం వుంది. నిన్ను చూసి మేమెప్పుడూ గర్వపడతాం.” ఈ ప్రోత్సాహకరమైన మాటలను ఎప్పుడైనా ఎలా మర్చిపోగలను నేను?

జలాలుద్దీన్ నా చెయ్యి పట్టుకుని ఈ ప్రపంచంలో నేను తలెత్తుకుని తిరిగేలా నడిపించాడు. అంతేకాదు ఎలా జీవించాలో కూడా బోధించాడు. అతని ప్రభావంతో నేను నాకొక స్వంత భావజాలాన్నీ, సృజనాత్మక శక్తినీ ప్రోది చేసుకున్నాను. అతనినుంచీ, అతని కుటుంబంనుంచీ ఎంతో దూరం వచ్చి నప్పటికీ అతని ప్రభావం నా మీద వున్నది. అయితే అతను నాకు జీవనమార్గాన్ని బోధించాడే గానీ మానవ సహజమైన మృత్యువు గురించి చెప్పనేలేదు.

నేను ఇండియన్ స్పేస్ రిసెర్చి ఆర్గనైజేషన్ (ISRO) లో SLV-3 రాకెట్ ప్రాజెక్ట్లో పనిచేస్తున్నప్పుడు, నా జీవన మార్గదర్శీ, స్నేహితుడూ అయిన జలాలుద్దీన్ మరణవార్త పిడుగుపాటులా వచ్చిపడింది. జలాలుద్దీన్ది ఎంత అకాలమృత్యువు! నాకు నోట మాట రాలేదు. ఎట్లా జరిగిందిదీ? అతనిక లేడని ఎట్లా నమ్మాలి? ఆయన లేకుండా మేమంతా ఎట్లా బ్రతకాలి? ఆ దిగ్భ్రాంతిలో నేను ఏవో అసందర్భపు మాటలు మాట్లాడినట్లు గుర్తు. అసలు ఆలోచించడానికీ, మాట్లాడడానికీ, కదలడానికీ కూడా చేతకాలేదు కాసేపు. చివరికెలాగో నన్ను నేను కూడదీసుకుని నా పనిని ఒక సహోద్యోగికి అప్పగించి రామేశ్వరం బయలుదేరాను.

జనసమ్మర్థంతో, వాళ్ల మాటలతో, అరుపులతో నిండిన బస్సులో ప్రయాణం చేస్తున్నా నాకు ఒంటరితనమే అనిపించింది. మన జీవితాలలో మనందరికీ మన బాల్యాన్ని పూర్తిగా వదిలిపెట్టే సమయం ఒకటి వస్తుందనుకుంటాను. నాకిప్పుడలాంటి సమయం వచ్చింది. జలాలుద్దీన్‌తోపాటు నాలో ఒక భాగం కూడా నిష్క్రమించింది. ఒకరు చెయ్యి పట్టుకుని నడిపించవలసిన కుర్రవాడు ఇకలేడు. డజన్లకొద్దీ ప్రశ్నలడిగి సమాధానాలు రాబట్టిన కుర్రవాడు లేడు. ఆ కుర్రవాడికెప్పుడూ తన రెండుచేతులూ పట్టుకుని దారిచూపించే మార్గదర్శి వుండేవాడు. ఇక లేడు. కనుక అతనిపుడు కుర్రవాడు కాదు. మూసుకున్న నా కళ్లముందు గతకాలంనాటి చిత్రాలన్నీ కదిలాయి. రామనాథపురానికి బయల్దేరడం నా పుస్తకాలు కొనుక్కోడానికి జలాలుద్దీన్ డబ్బు అందించడం శాంటాక్రజ్ విమానాశ్రయంలో అతనిచ్చిన కన్నీటి వీడ్కోలు! ప్రేమతో పెంచుకున్న బిడ్డ పైకొస్తే కనిపించే గర్వంతో కూడిన ఆనందభాష్పాలు అతని కళ్ళల్లో! నక్షత్రాలనూ, చందమామనూ చూస్తూ మా చిన్న పట్నంలోని ఇసుక తిన్నెల మీద మా నడక! అస్తమయం తరువాత సముద్రంలోకి కుంగిపోయిన సూర్యుడెక్కడికెడతాడో నాకు వివరిస్తూ జలాలుద్దీన్!

ఇంటికెళ్ళేసరికి దయనీయంగా విలపిస్తూ మా అక్క, నా చిన్నారి మేనకోడలు మహబూబ్! అకాలమరణం పొందిన తండ్రిని తలుచుకుని విలపిస్తూ... అప్పటికి మా నాన్నగారికి వంద సంవత్సరాలు. కానీ ఇప్పుడు ఒక్కసారిగా ఆయన వృద్ధుడైపోయినట్లు కనిపించాడు. అల్లుని హఠాన్మరణం ఆయనలో ఏదో శక్తిని లాగేసింది. మేము మా ప్రియమిత్రుడిని శాశ్వత విశ్రాంతిలోకి పంపించాము. అప్పటిదాకా నాకు ఏడ్వటానికే తీరలేదు. ఏదో జ్ఞాపకాల మసకలో వున్నట్లు ఉన్నాను.

జలాలుద్దీన్ ఖననం తరువాత మా నాన్నగారు నన్ను పక్కన కూచోపెట్టు కున్నారు. వయోవృద్ధుడైన ఆయన అందరికన్న వివేకవంతుడు. నేనప్పుడే గమనించాను. ఆయన కూడా ఇప్పటివరకూ జలాలుద్దీన్‌ని తలుచుకుని కన్నీళ్ళు కార్చలేదు. అప్పుడాయన ఇట్లా అన్నారు, "అబ్దుల్! అల్లా నీడల్ని ఎట్లా రూపొందిస్తాడో చూశావా? ఆయనకి ఇష్టమైతే వాటిని ఎప్పుడూ ఒకే విధంగా

వుంచేవాడు. కానీ ఆయన నీడలను నడిపించే బాధ్యత సూర్యుడికిచ్చాడు. సూర్యుడు వాటిని మెల్లిమెల్లిగా పొట్టివి చేస్తాడు. అల్లా మనకు విశ్రాంతి తీసుకోవడానికి రాత్రినిచ్చాడు. కానీ జలాలుద్దీన్‌ను దీర్ఘనిద్రలోకి పంపించాడు. కలలు లేని శాశ్వతనిద్ర. అల్లా ఇచ్ఛ లేనిదే ఏమీ జరగదు. ఆయనలోనే మనం విశ్వాసం వుంచాలి. ఆయన్నే మనం నమ్మాలి."

నేను ఆయన వివేకవంతమైన వాక్కుల్ని అర్థం చేసుకోవడానికి ప్రయత్నిస్తున్నాను. మృత్యువు భయపడవలసినదేమీ కాదు. ఆ విధంగా నేనెపుడూ ఆలోచించలేదు. అయినప్పటికీ మృత్యువు వెంటపెట్టుకొచ్చే దుఃఖాన్ని అంత త్వరగా విదిల్చి వెయ్యలేము. మన కాలం తీరినప్పుడు మనమూ పోతాము. కానీ జలాలుద్దీన్‌లాగా తన పిల్లల వృద్ధి చూడకుండానే, వాళ్ల పెళ్ళిళ్ళు చెయ్యకుండానే, మనుమల్ని చూడకుండా ఇంత త్వరగా పోయిన దుఃఖం గుండెలోనుంచీ తన్నుకువస్తూనే వుంటుంది జీవితాంతం.

చాలామంది దృష్టిలో నా మిత్రుడు అహమ్మద్ జలాలుద్దీన్ ఒక సాధారణ వ్యక్తి. కానీ అతను నాకు ఎన్నదగ్గ వ్యక్తి. అతనిచుట్టూ వున్న మనుషులలో మార్పునీ, అభివృద్ధినీ కాంక్షించేవాడు. తన ప్రేమా, అవగాహన అనే శక్తులతో వాళ్లను తీర్చిదిద్దేవాడు. ఈ దేశంలోని ప్రతి గ్రామంలోనూ, పట్టణంలోనూ అటువంటి విశిష్ట వ్యక్తులున్నారు. అతను నాకు సమీపబంధువూ, మిత్రుడూ కావడం నా అదృష్టం. అతను నా చెయ్యి పట్టుకుని నన్నూ ఒకనాటికి గొప్పవాడినయే విధంగా మలచడానికి ఎన్నుకున్నాడు.

వైఫల్యాలు

సు దీర్ఘమైన, విశేషమైన నా జీవనయాత్రలో నేను విజయశిఖరాలను అధిరోహించాను. విజ్ఞాన సాంకేతిక రంగాలలో మన దేశాభివృద్ధికి కారణాలయిన ఎన్నో విషయాలలో నా పాత్ర వుంది. అంతే కాదు దేశంలోనే ప్రతిష్ఠాత్మకమైన అత్యున్నత పదవిని కూడా అధిష్టించాను. వెనక్కి తిరిగి చూసుకుంటే సాధించినవెన్నో! కొన్ని నా స్వంతవి, కొన్ని నేను పాలుపంచు కున్నవి. అయినప్పటికీ నేననుకుంటాను పరాజయం అనే చేదుమాత్ర ఎప్పుడైనా మింగితేకానీ విజయాలు అందుకోలేమని! నేను నాణానికి రెండువైపులనూ చూశాను. జీవితంలో అతిక్లిష్టమైన పాఠాలను నేర్చుకున్నాను. పరాజయం తెచ్చిన నిరాశ లోతులను చూశాను. అవ్వన్నీ జ్ఞాపకం వుంచుకోదగ్గవి. ఎందుకంటే అవ్వి నన్ను క్లిష్టపరిస్థితుల్లో ఎట్లా సంబాళించుకురావాలో నేర్పిన అనుభవాలు.

అటువంటి ఒక సంఘటన నేను MIT లో ఎయిరోనాటిక్స్ ఇంజినీరింగ్ చదువుతున్నప్పుడు జరిగింది. అక్కడ మా డిజైన్ టీచర్ ప్రొఫెసర్ శ్రీనివాసన్ గారు. ఆయనే ఆ సంస్థకు అధిపతి కూడా. ఒకసారి మా విద్యార్థులను నలుగురేసి చొప్పున బృందాలుగా ఏర్పరిచి ఒక్కొక్క బృందానికీ ఒక్కొక్క పని అప్పగించారు. నేనున్న బృందానికి ఒక చిన్నతరహా ఎటాక్ ఎయిర్‌క్రాఫ్ట్ డిజైన్ చెయ్యమని పురమాయించారు. నేను ఎయిరోడైనమిక్స్ డిజైన్ చేసే ఇన్‌ఛార్జ్‌ని. మా బృందంలోని తక్కినవాళ్ళు వివిధ భాగాలను డిజైన్ చేస్తున్నారు. ప్రొఫెల్లర్, ఎయిర్‌క్రాఫ్ట్ ఆకారం, సాధన నిర్మాణం (instrumentation) కంట్రోల్ లాంటివి. అప్పటికి మాకు కోర్సు పూర్తవడం వలన, దీనిమీద ఎక్కువ కాలం చర్చలతో, పరిశోధనలతో గడుపుతున్నాము. మా ప్రాజెక్ట్‌తో మా ప్రొఫెసర్ల అభిమానాన్ని సంపాదించాలని చాలా కుతూహలంగా వున్నాము.

వాళ్లు మా పనిని గమనిస్తూనే వున్నారు. కొన్నాళ్లకే నేను చేస్తున్న డిజైన్ చూడాలని ప్రొఫెసర్ శ్రీనివాసన్ అడిగారు. నేను దాన్ని చూపించినప్పుడు ఆయన తనకి సహజమైన విమర్శనాత్మక దృష్టితోనే దాన్ని పరిశీలించారు. ఆయన తీర్పు వినడానికి నేను ఊపిరి బిగపట్టి పక్కన నిలబడ్డాను. నాకింకా బాగా గుర్తు. ఆయన తన ముందున్న కాగితాన్ని చూసేటప్పుడు ఎట్లా కనుబొమ్మలు ముడి వేశారో! తరువాత ఆయన అన్న మాటలకు నేను విస్తుపోయాను. "ఇది అంత బాగాలేదు కలామ్!" అన్నారాయన. తరువాత నన్ను తీక్షణంగా చూస్తూ "నీనుంచీ ఇంకా మంచిది ఆశించాను. ఇది చాలా నిరాశాజనకంగా వుంది. నీలాంటి ప్రతిభావంతుడినుంచీ ఇటువంటిది రావడం నాకు చాలా ఆశాభంగం కలిగిస్తున్నది" అని కూడా అన్నారు. నేను మూగబోయాను. ఏ క్లాసులోనైనా నేను చాలా తెలివికల విద్యార్థినని పేరు. ఎప్పుడూ ఏ అధ్యాపకుని చేతా ఒకమాట కూడా అనిపించుకోలేదు. ఈ విధంగా నగుబాటుకి గురికావడం నాకు కొత్త అనుభవం. ప్రొఫెసర్ మరొకసారి తల విదిల్చి మొత్తం డిజైన్ మళ్ళీ చేసుకురమ్మని ఆజ్ఞాపించారు. నేను సిగ్గుపడుతూనే అంగీకరించాను. తరువాత మళ్ళీ ఇంకో బాణం సంధించాడాయన. డిజైనంతా మళ్ళీ చెయ్యడమే కాదు. దాన్ని మూడురోజుల్లోగా పూర్తిచెయ్యాలని. "ఈ రోజు శుక్రవారం అబ్బాయ్! సోమవారం సాయంత్రానికల్లా ఏ లోపమూ లేని డ్రాయింగ్ కావాలి నాకు... అట్లా చెయ్యకపోతే నీ స్కాలర్‌షిప్ వుండదు" అన్నాడు. ఈ మాటకు మరింత బిగుసుకుపోయాను. నేను ఈ కాలేజీలో వుండగలిగానంటే అది స్కాలర్‌షిప్ వల్లనే! అది లేకపోతే చదువు మానుకుని ఇంటికి పోవాల్సిందే. నా తల్లి తండ్రుల, నా అక్కాబావల కలలు, నా ఆశలు అన్నీ మాయమైపోయినట్లని పించింది. మా ప్రొఫెసర్ గారి కొన్ని మాటల్లో నా భవిష్యత్తు శూన్యమైపోవడం ఊహించలేకపోయాను.

నేనేమిటో ఆయనకు నిరూపించుకోవాలనే పట్టుదలతో వెంటనే పని మొదలుపెట్టాను. భోజనం కూడా మానేసి రాత్రంతా డ్రాయింగ్‌బోర్డ్ ముందే వున్నాను. అంతకుముందు నా మనసులో మెదులుతున్న డిజైన్‌లోని భాగాలన్నీ ఒక్కసారిగా నాముందుకు వచ్చి ఒక ఆకారాన్ని సంతరించుకున్నాయి. పని

మీద మనసు కేంద్రీకరించడంతో బుర్రలోని సాలెగూళ్లన్నీ మాయమైపోయాయి. తెల్లవారేసరికి ఏదో శక్తి ఆవహించినవాడిలా అయిపోయాను. తెల్లవారి తినడానికీ, స్నానం చెయ్యడానికీ మాత్రం కాస్త విరామం తీసుకుని మళ్ళీ పనిలో పడ్డాను. ఆదివారం సాయంత్రానికి నా పని దాదాపు పూర్తయింది. ఒక్క చక్కని హుందా అయిన డిజైన్ తయారైంది నేను గర్వపడేలాగా. దానికి తుది మెరుగులు దిద్దుతుండగా నా గదిలోకి ఎవరో వచ్చినట్లైంది. క్లబ్ నుంచీ ఇంటికి పోతూ ఇంకా టెన్నిస్ డ్రెస్‌లోనే వున్న మా ప్రొఫెసర్! ఆయన ఎప్పటినుంచీ నన్ను పరిశీలిస్తూ అక్కడ నిలబడ్డారో నాకు తెలియదు. మా కళ్ళు కలుసు కున్నాక, ఆయన ముందుకు వచ్చి కొన్ని నిమిషాలు మళ్ళీ అదే విమర్శనాత్మక దృష్టితో నా డిజైన్‌ని చూశారు. అప్పుడాయన నవ్వి, నన్ను కౌగిలించుకుని ఆశ్చర్యంలో ముంచెత్తారు. తరువాత నా వీపు చరుస్తూ "నీమీద బాగా ఒత్తిడి పెట్టానని తెలుసు. నువ్వు తయారుచేసిన డిజైన్‌ని తిరస్కరించాను. పైగా కొత్త డిజైన్ చెయ్యడానికి అతితక్కువ సమయం కూడా ఇచ్చాను. అయినా నువ్వు అద్భుతంగా చేసి చూపించావు. నీ గురువుగా నిన్ను నీ సామర్థ్యపుటంచుల వరకూ తొయ్యాలి. అప్పుడే నీ సామర్థ్యాన్ని నువ్వు గుర్తించగలవు" అన్నారు. రెండురోజుల విచారం తరువాత ఈ మాటలు నా చెవులకు సంగీతామృతంలా సోకాయి. నా ఆత్మవిశ్వాసాన్నీ, నాలో నాకున్న నమ్మకాన్నీ పునరుజ్జీవింప జేశాయి.

ఆరోజు నేను రెండు పాఠాలు నేర్చుకున్నాను. తన విద్యార్థి అభివృద్ధిని కోరే ఉపాధ్యాయుడే అతనికి మంచి స్నేహితుడు. ఎందుకంటే తన విద్యార్థి ఎంతగా ప్రకాశించగలడో ఆ ఉపాధ్యాయునికే తెలుసు. రెండో పాఠం ఏమిటంటే మనము పని పూర్తిచెయ్యలేనిదీ, మనకి సాధ్యం కానిదీ అయిన గడువంటూ ఏదీలేదు. నేను ఇంతకన్న క్లిష్టమైన అసైన్‌మెంట్లు పూర్తిచేశాను. కొన్నిటిని దేశాధినేతలు కూడా పర్యవేక్షిస్తూ వుండేవారు. కానీ ప్రొఫెసర్ శ్రీనివాసన్ దయవల్ల నేను MIT లో పొందిన ఆత్మవిశ్వాసం, తరువాత నాకెంతో మేలు చేసింది.

MIT లో చదువు ముగిసాక నేను ఉద్యోగంలో ప్రవేశించాను. అక్కడ

ఇంతకన్న కష్టమైన పాఠాలు నేర్చుకుంటానని ఎప్పుడూ అనుకోలేదు. మొదట బెంగుళూరులోని హిందుస్తాన్ ఎయిరోనాటికల్ లిమిటెడ్ (HAL) లో చేరాను. అక్కడ విమానాల గురించీ, వాటి డిజైన్ల గురించీ, టెక్నాలజీ గురించీ నేర్చుకున్నాను. అప్పటికి నేను వైమానిక రంగమే నా వృత్తి అనుకున్నాను. నేను HAL నుంచీ గ్రాడ్యుయేట్ ఇంజనీర్ అయేవేళకు రెండు ఉద్యోగావకాశాలు వచ్చాయి. ఒకటి ఎయిర్‌ఫోర్స్‌లోనూ, రెండవది రక్షణమంత్రిత్వ శాఖలోని సాంకేతికాభివృద్ధీ ఉత్పాదన డైరెక్టరేట్‌లోనూ, రెండింటినుంచీ ఇంటర్వ్యూ పిలుపులొచ్చాయి. మొదటిది డెహ్రాడూన్ నుంచీ, రెండవది ఢిల్లీ నుంచీ. నేనెంతో ఆశతో ఇంటర్వ్యూలకి బయలుదేరాను.

నేను మొట్టమొదట ఒక విమానాన్ని అతిదగ్గరగా చూసింది MIT లో. అక్కడ విద్యార్థుల పరిశీలన, అధ్యయనాల కోసం సర్వీస్‌లో లేని రెండు విమానాలను ఉంచారు. అవంటే నాకు ఒక ఆరాధనాభావం వుండి ఎప్పుడూ వాటిని చూస్తూ వుండేవాడిని. మనిషి తన హద్దులను అధిగమించి ఆలోచించ గలగడానికి అవి చిహ్నాలు. అంతేకాదు కలలకు రెక్కలు రావడానికి కూడా అవి చిహ్నాలే. విమాన చోదకత్వంపై నాకుండే ఆకాంక్షే నన్ను ఏరోనాటికల్ ఇంజినీరింగ్ ఎంచుకునేలా చేసింది. ఇన్నాళ్ళుగా నాలో ఈ కోరికను పెంచి పోషించుకుంటూ వచ్చాను. విమానాన్ని నడపాలి. అది ఆకాశంలో పైపైకి పోతుంటే దాన్ని నేను నడపడమే నా ప్రియమైన కల.

నేను మద్రాసు నుంచీ ఇంటర్వ్యూలకు ఉత్తర హిందుస్థానం పోతూ నా మనసులో ఈ కలనే మననం చేసుకున్నాను నేను పైలెట్ కాబోతున్నానని. ఆ క్షణం దగ్గరకొచ్చింది. తమిళనాడు నుంచీ డెహ్రాడూన్ సుదీర్ఘ ప్రయాణం. అది భౌగోళిక దూరమే కాదు, నేను పుట్టిపెరిగిన పరిసరాలనుంచీ పైలెట్ కావడానికీ హిమాలయ పాదాల దగ్గరకు చేస్తున్న సుదీర్ఘ ప్రయాణం.

నేను ముందు DTD&P లో ఇంటర్వ్యూ కోసం ఢిల్లీలో ఆగాను. ఇంటర్వ్యూ తేలిగ్గా వుంది. నాకు ఉద్యోగం వస్తుందని విశ్వాసం వుంది. ఒక వారం ఢిల్లీలో వుండే డెహ్రాడూన్ బయలుదేరాను. ఇక్కడొక విషయం చెప్పాలి. నేనప్పుడు ఇరవైల్లో వున్న యువకుడిని. ఈ విశాల ప్రపంచంలో ఎట్లా

మెసలాలో అప్పుడప్పుడే నేర్చుకుంటున్నవాడిని. నేను రామేశ్వరం నుంచీ చదువుకోసం పెద్ద నగరాలకు వెళ్ళినప్పుడు సిగ్గుతో మొహమాటంతో నోరు విప్పకుండా వుండేవాడిని. నన్ను నేను స్థిరీకరించుకోడానికి నా వ్యక్తిత్వాన్ని నిలుపుకోవడానికీ శ్రమపడవలసి వచ్చింది. అందుకోసం భిన్నమైన నేపథ్యాల నుంచీ వచ్చిన వ్యక్తులతో భావప్రసారాన్ని అభివృద్ధి చేసుకున్నాను. అదంత తేలికగా వుండింది కాదు. ఒక్కొక్కసారి విసుగూ, నిరాశా కలిగేవి. అయితే చదువు పూర్తిచేసుకుని ఉద్యోగాన్వేషణలో పడేనాటికి నా వ్యక్తిత్వం బాగా మెరుగయింది. నా ఆలోచనలను తమిళంలోనూ, ఇంగ్లీష్‌లోనూ బాగా వ్యక్తం చెయ్యగలిగేవాడిని.

ఇక ఎయిర్‌ఫోర్స్ సెలెక్షన్ బోర్డ్ ఇంటర్వ్యూ సంగతికొస్తే వాళ్ళు అడిగిన ప్రశ్నలకు సమాధానాలిస్తున్నప్పుడు నాకు ఒక విషయం అర్థమైంది. వాళ్ళు విద్యార్హతలూ, ఇంజినీరింగ్ పరిజ్ఞానమే కాక అభ్యర్థిలో చురుకుదనం కూడా ఆశిస్తున్నారని. భౌతిక పటిష్టత, వక్తృత్వనేర్పూ కూడా ఆశిస్తున్నారు. నేను బాగా చెప్పాను. ఈ ఉద్యోగం నా చిరకాల స్వప్నం. నాకు వస్తుందని నమ్మకం. కొంత ఆదుర్దా! చివరికి ఫలితాలు వెల్లడించారు. ఇంటర్వ్యూ చేసిన పాతిక మందిలో నా స్థానం తొమ్మిదవది! ఉన్నది ఎనిమిది ఖాళీలే. పైలెట్ కావాలన్న నా కోరిక అట్లా విఫలమైపోయింది.

జరిగిందేమిటో అర్థం చేసుకున్నప్పటి నా మనోవేదన నాకింకా గుర్తే. ఒక ప్రియమైన చిరకాల స్వప్నం ఇట్లా భగ్నమైనప్పుడు హృదయంలో ఒక శూన్యం నిరాశా నిండిపోతాయి. ఆ భావాల్లోనుంచీ బయటకు రావడం కష్టం. ఈ వార్త విన్నాక నాకు ఇంట్లో ఉండబుద్ధి కాలేదు. ఊపిరాడనట్లైంది. ఆరుబయట గాలిలో తిరగాలనిపించింది. ఇంట్లో గోడలన్నీ మూసుకుపోతూ నన్ను నొక్కేస్తున్నట్లనిపించింది. నేను చాలాసేపు అట్లా బయట నడిచీ నడిచీ చివరికి ఒక కొండ కొమ్ముకి చేరుకున్నాను. అక్కడ నిలబడి దాని క్రిందుగా పారుతున్న ఒక సరస్సులో మెరిసే నీటిని చూశాను. తరువాత ఏం చెయ్యాలని ఆలోచించాను. ప్రణాళికలూ, ప్రాధమ్యాలూ మార్చుకోవాలి. కొన్నాళ్లపాటు రుషీకేష్‌కు పోయి కొత్తమార్గం ఆలోచించాలనుకున్నాను.

మరునాడు ఉదయం రుషీకేష్ చేరుకున్నాను. గంగానదిలో స్నానం చేశాను. ఆ నది ప్రాశస్త్యాన్ని ఎంత కాలంగానో వింటున్నాను. జీవితంలో మొదటిసారి ఆ నదిని చూడ్డం, అందులో స్నానం చెయ్యడం! అక్కడకు దగ్గరలో వున్న శివానంద ఆశ్రమం గురించి విన్నాను. అక్కడికి నడిచిపోయాను. ఆశ్రమంలో అడుగుపెడుతూనే నాలో ఒక వింత ప్రకంపనం కలిగింది. కలవరపడ్డ నా మనసుపై ప్రశాంతత అనే లేపనం పూసినట్లైంది. అక్కడంతా సాధువులు కూర్చుని వున్నారు. వాళ్ళంతా ధ్యానంలో వున్నారు. అందులో ఎవరైనా నన్ను వేధిస్తున్న ప్రశ్నలకు సమాధానం చెప్పి నాకు సాంత్వన కలుగచేస్తారేమో అనుకున్నాను. నాకు స్వామి శివానందే దర్శనం ఇచ్చారు. నేను ముస్లిమ్ అవడాన్ని ఆయన పట్టించుకోలేదు. నేను నోరు విప్పకముందే ఆయన నా చింతకు కారణమేమిటని అడిగారు. నా జీవితంలో ఇటీవల జరిగిన సంఘటనల గురించి నేనేమాత్రము చెప్పకుండానే ఆయన నేను విచారంలో వున్నానని గ్రహించినందుకు కొంచెం ఆశ్చర్యపడ్డాను. నేను చెప్పినదంతా విని ఆయన ప్రశాంతమైన ఒక చిరునవ్వుతో నా విచారాన్ని పోగొట్టారు. తరువాత ఆయన నేనెన్నడూ విని వుండని గంభీరమైన మాటలు మాట్లాడారు. ఆయన నెమ్మదైన లోతైన కంఠంలోనుంచీ వచ్చిన మాటలు ఇంకా నా చెవుల్లో ప్రతిధ్వనిస్తూనే వుంటాయి.

“విధిని అంగీకరించి ముందుకు సాగిపో! ఒక ఎయిర్‌ఫోర్స్ పైలట్ కావడం నీ విధి కాదు. నువ్వేమి అవుతావో అన్నది ముందే నిర్ణయింపబడి వుంటుంది కానీ ఇప్పుడు తెలియదు. ఈ పరాజయాన్ని గురించి మర్చిపో, నీదైన మార్గంలో నిన్ను నడిపించడానికి ఈ పరాజయం కూడా అవసరమే. నీ జీవనగమ్యం కోసం వెతుకు. భగవంతుని ఇచ్ఛకు నిన్ను నువ్వు సమర్పించుకో.”

ఈ పాఠం నా మనస్సులో లోతైన ముద్ర వేసింది. నిజమే కదా? విధితో పోరాడ్డం ఎందుకు? ఈ పరాజయం భగవంతుడు నాకోసం తయారుగా వుంచిన ఇంకా పెద్ద విజయంలో ఒక భాగం కావచ్చేమో! అట్లా చాలాసేపు ఆలోచించుకుని తిరిగి ఢిల్లీ వెళ్ళాను. అక్కడ DTD & P లో సీనియర్

సైంటిఫిక్ అసిస్టెంట్‌గా చేర్చుకున్నారు. నేను విమాన చోదకత్వం అనే కలను వదిలిపెట్టేసాను. అదికాకుండా మనం చెయ్యవలసిన పని చాలా వుందని అర్థం చేసుకున్నాను. నాకిచ్చిన ఉద్యోగాన్ని హృదయపూర్వకంగా అంగీకరించి మనసు పెట్టి చెయ్యాలని తీర్మానించుకున్నాను.

అట్లా నా ఉద్యోగజీవితం ప్రారంభమైంది. నాలాగే అనేకమంది తాము ఎంచుకున్న లక్ష్యాలకు ఏవో అడ్డంకులొచ్చి వేరే మార్గానికి మళ్లవలసి రావచ్చు... అప్పుడు మన లక్ష్యాలను గురించి పునరాలోచించాలి. మరో మార్గాన్ని అన్వేషించాలి. జీవితంలో ఎదురయ్యే ప్రతి పరాజయమూ మన వ్యక్తిత్వంలో ఒక్కొక్క లక్షణాన్ని వెలికితీస్తుంది. అడ్డంకులను ఎదుర్కొనే సమయంలో మనలో మనకి తెలియకుండా దాగివున్న ధైర్యం బయటికి వస్తుంది. మనకేదైనా పరాజయం ఎదురైనప్పుడే మనలో వుండే ఈ గుణాలను గురించి మనకి తెలుస్తుంది. ఆ ధైర్యసాహసాలను వెతుక్కుంటూ జీవితం కొనసాగించాలి.

నా అభిమాన గ్రంథాలు

భారతదేశంలోని ఏ ప్రదేశంలో అయినా నేను యువకులనుద్దేశించి ప్రసంగించేటప్పుడు వాళ్ళ నన్ను తప్పనిసరిగా అడిగేప్రశ్న "మీకే పుస్తకాలంటే ఇష్టం?" అని. ఆధునికత మన జీవన విధానంలో ఎన్నో మార్పులు తెచ్చినప్పటికీ పుస్తకపఠనం అనేది మనదేశంలో చాలామందికి ఇంకా ఒక అలవాటుగానే వుంది. వార్తాపత్రికలు మాగజీన్లూ, పుస్తకాలు ఇట్లా మనకి కావలసినంత లభ్యమౌతుంది చదవడానికి. భారతదేశంలో అక్షరాస్యత పెరుగుతున్నకొద్దీ వివిధ విషయాలమీద వివిధ రకాలైన పుస్తకాలకి గిరాకీ ఏర్పడుతున్నది. దీనివలన మనకేమర్థమౌతున్నదంటే మనవాళ్ళు పాఠశాలల్లో కేవలం వ్రాయడం చదవడం మాత్రమే నేర్చుకోవడంలేదు. వాళ్ళు నిజమైన విద్యావంతులై తమ ఆలోచనావిధానాన్ని అభివృద్ధి చేసుకుంటున్నారు, తమ అవగాహనకి పదును పెట్టుకుంటున్నారు. చదవడం అనేది ఈ అమూల్యమైన గుణాలను పెంపొందించుతుంది. అయితే చదివే అలవాటుని మనం అవసరమైనంతగా ప్రోత్సహించడంలేదు.

నామటుకు నాకు పుస్తకాలెప్పుడూ సన్నిహిత మిత్రులే. అందులో కొన్నిటిని బాగా చిన్నప్పుడే కనుక్కున్నాను. వాటిని ఎప్పటికీ మర్చిపోలేదు. అవి నా చెయ్యి పట్టుకుని జీవితాంతమూ తోడు నడిచిన మిత్రులు. వాటిలోని మాటలు కొన్ని సందర్భాలకు అర్థాన్ని తెలియజేస్తాయి. నాచుట్టూ వున్న ప్రపంచాన్ని అర్థం చేసుకోవడానికి ఉపయోగించుకుంటాను వాటిని.

నాకు పుస్తకాలపై వున్న ప్రేమను ఇనుమడింపచేసిన పుస్తకప్రియులు చాలామంది వున్నారు. ఒక పుస్తకాన్ని నేను అమ్మడానికి తీసుకుపోతే దాన్ని కొనుక్కోకుండా నాకెంతో మేలుచేసిన ఒక వ్యక్తిని ఎప్పుడూ గుర్తుంచు

కుంటాను. చాలా ఏళ్లక్రిందట మద్రాసులో జరిగిన విషయం ఇది. నేను MIT లో వుండగా నాకు రష్యన్ సాహిత్యం మీద ఇష్టం కలిగింది. ఒక పుస్తకం సంపాదించి ఎంతో ఆసక్తితో చదువుతున్నాను. అప్పుడు నేను కొన్నిరోజులు ఇంటికి వెళ్లవలసి వచ్చింది. అప్పట్లో నా దగ్గర డబ్బు వుండేది కాదు. రామేశ్వరానికి రైలు టికెట్ కొనడానికి కూడా! నేను చదువుతున్న పుస్తకం అమ్మి డబ్బు సమకూర్చుకోవడం తప్ప మరో మార్గం కనపడలేదు. ఇటువంటి పనులకు నేను తరచూ వెళ్ళే ప్రదేశం మద్రాసులోని మూర్ మార్కెట్. ఆ మార్కెట్లో రకరకాల వస్తువులు అమ్ముతారు. అయితే అక్కడ నన్ను అమితంగా ఆకర్షించింది. మార్కెట్ వెనకవైపు ఒక ఇరుకుచోటు. అక్కడ వుండే దుకాణాలలో సెకండ్‌హ్యాండ్ పుస్తకాల కొనుగోలు అమ్మకాలు జరుగుతాయి. అందులో ఒక దుకాణానికి నేను తరచూ వెళ్ళేవాడిని. ఆ దుకాణం యజమానికీ, నాకూ స్నేహం కలిసింది. ఆయన నాకు ఆసక్తికరమైనవీ, ఆలోచనలను పెంచేవీ అయిన అనేకమంది రచయితల పుస్తకాలను పరిచయం చేశాడు. ఆ రోజు నేను అతని దగ్గరకు వెళ్ళి నేను చదువుతున్న పుస్తకాన్ని అమ్ముతానని చెప్పినప్పుడు అతను నావైపు విచారంగానూ, దయతోనూ చూశాడు. అతనికి అర్థం అయింది. ఆ పుస్తకాన్ని వదులుకోవడం నాకిష్టంలేదనీ అయినా అది అమ్మవలసి వచ్చిన నా పరిస్థితిని ఆయన అర్థం చేసుకున్నాడు. అప్పుడతను నా సమస్య తీరే ఒక మంచి ఉపాయం చెప్పాడు. నేనా పుస్తకాన్ని అతని దగ్గర కుదువపెట్టడం అన్నమాట. ఆ పుస్తకాన్ని కొంటే ఎంత డబ్బిస్తాడో అంతా అతను నాకిస్తాడు. నా దగ్గర డబ్బు వున్నప్పుడు నేను అతని అప్పు తీర్చి నా పుస్తకాన్ని వెనక్కు తీసుకోవచ్చు. ఆ పుస్తకాన్ని మరెవరికీ అమ్మబోనని కూడా అతను నాకు వాగ్దానం చేశాడు. ఒక్కసారిగా ఇంత అదృష్టం కలిగినందుకు నా సంతోషానికి మేరలేదు. ఇప్పుడు నేను ఇంటికీ పోగలను, నా పుస్తకాన్నీ పొందగలను. ఆ పుస్తకప్రియుడు తన మాట నిలబెట్టుకున్నాడని వేరే చెప్పనవసరం లేదు. ఆ పుస్తకం నా దగ్గర ఎన్నో సంవత్సరాలు వున్నది. పుస్తకప్రియుల కరుణామయ ప్రపంచానికి గుర్తుగా!

నేను సెంట్ జోసెఫ్స్ కాలేజీలో ఆఖరి సంవత్సరం చదువుతుండగానే

ఇంగ్లీష్‌లో మహాకావ్యాలనూ, గొప్ప గ్రంథాలనూ చదవడం మొదలుపెట్టాను. అప్పుడే నేను లియో టాల్‌స్టాయ్, వాల్టర్ స్కాట్, థామస్ హార్డిల పుస్తకాలు చదివాను. అయితే ఆ కథల నేపథ్యం నాకు పూర్తిగా తెలియనిది. భాష కూడా వాడుకభాష కాదు. అయినా వాటిలో మానవసంబంధాల చిత్రణా, సమాజం పట్ల రచయితల దృక్పథాలూ నన్ను ఆకట్టుకున్నాయి. తరువాత కొంతమంది తత్వవేత్తల రచనలు చదివాను. క్రమంగా వైజ్ఞానిక సంబంధమైనవీ ముఖ్యంగా భౌతికశాస్త్రానికి సంబంధించిన పుస్తకాలు నన్నెక్కువ ఆకర్షించాయి.

ఇప్పుడు ఆల్బర్ట్ ఐన్‌స్టీన్‌కు సంబంధించిన కథ ఒకటి గుర్తొస్తున్నది. ఆయనకు పన్నెండేళ్ళ వయస్సులో ఆయన గురువైన మాక్స్ టాల్మడ్ ఆయనకు యూక్లిడియన్ జామెట్రీపై ఒక పుస్తకం ఇచ్చాడు. ఈ పుస్తకం ఐన్‌స్టీన్‌లో విశ్వజనీన సత్యాల అన్వేషణాశక్తిని కలుగచేసింది. మానవమేధ యొక్క శక్తిని గురించి తెలుసుకున్నాడు.

సంవత్సరాలు గడుస్తున్నకొద్దీ నేను అనేకమైన పుస్తకాలు చదివాను. అయితే నాపై ప్రభావం చూపించిన, నాకత్యంత ప్రియమైన పుస్తకాలు చెప్పమంటే మూడింటిని పేర్కొంటాను.

మొదటిది *"లైట్స్ ఫ్రమ్ మెనీ లాంప్స్ (Lights from Many Lamps)"* లిలియన్ ఐచ్లర్ వాట్సన్ సంపాదకత్వం వహించిన పుస్తకం అది. మద్రాస్ మూర్ మార్కెట్‌లోని నా స్నేహితుని పుస్తకాల షాపులో దొరికింది. (కిక్కిరిసి వున్న పుస్తకాల మధ్య తడబడుతూ నడిచి ఇటువంటి అద్భుతమైన పుస్తకం మీద పడడం గొప్ప అనుభవం.) ఈ పుస్తకం నా సహచరి అని చెప్పవచ్చు. ఎందుకంటే దాన్ని చదివీ, మళ్ళీమళ్ళీ చదివీ అది నన్ను ఆవహించేసింది. స్ఫూర్తిదాయకమైన పుస్తకంగా ప్రశంసలందిన ఆ పుస్తకంలో వివిధ రచయితల రచనలున్నాయి. భిన్న రచయితలు వ్రాసిన స్ఫూర్తిదాయకమైన రచనలను ఏర్చి కూర్చాడు సంపాదకుడు. అవి వ్రాసిన సందర్భాలనూ అందులోనుంచీ నేర్చుకోవలసిన అంశాలనూ కూడా ప్రస్తావించాడు.

నేను విచారగ్రస్తుడనైనప్పుడు నాకు సాంత్వననివ్వకుండానూ, నాకు

సలహా అవసరమైనప్పుడు నన్ను ఉత్సాహపరచకుండానూ ఈ పుస్తకం ఎప్పుడూ ఉండలేదు. ఎప్పుడైనా నేను ఉద్వేగంలోనో, ఆవేశంలోనో కొట్టుకు పోబోయినప్పుడు ఈ పుస్తకం నాకు మానసిక సమతూకాన్ని కలుగచేసింది. ఈ పుస్తకాన్ని నేను మళ్ళీమళ్ళీ బౌండ్ చేయిస్తూ వచ్చాను. చివరికి నా మిత్రులొకరు నాకొక కొత్త ప్రతిని బహూకరించారు.

నన్ను ప్రభావితం చేసిన రెండవ పుస్తకం తిరుక్కురళ్. 2000 సంవత్సరాల క్రిందట తిరువళ్ళువార్ రచించిన ఈ గ్రంథంలో 1330 ద్విపదలున్నాయి. జీవితంలోని కొన్ని అంశాలకు సంబంధించిన ప్రబోధాలివి *(కురళ్)* తమిళ సాహిత్యంలోని అతిముఖ్యమైన గ్రంథం ఇది. ఈ పుస్తకం నాకొక ప్రవర్తన నియమావళినిచ్చింది. మనసుని ఉన్నతస్థాయికి తీసుకుపోయే గ్రంథం ఇది. నాకెంతో ఇష్టమైన కురళ్ ఇది.

Ulluvathellam uyarvullal matratu
Tallinum tellamai nirttut
(పైకెదగడం గురించి ఆలోచించు. అదొకటే ఆలోచన కావాలి నీకు. గమ్యం చేరలేకపోయినా, చేరాలనే ఆలోచనే నిన్ను ఉన్నతస్థాయికి చేరుస్తుంది.)

ఇక మూడవ పుస్తకం అలెక్సిస్ కారెల్ వ్రాసిన "మ్యాన్ ది అన్నోన్ *(Man the Unknown)*" ఈయన నోబెల్ పురస్కార గ్రహీత. తత్వవేత్తగా మారిన వైద్యుడు. మనస్సుకీ, శరీరానికీ కలిపి వైద్యం చేస్తే మానవులకి త్వరగా స్వస్థత చిక్కుతుందంటాడాయన ఈ పుస్తకంలో!! అంతేకాదు చక్కగా అర్థం అయ్యే రీతిలో మానవశరీర నిర్మాణం గురించీ అందులో వుండే సంపూర్ణత్వాన్ని గురించి విశదీకరించాడు. ఈ పుస్తకం ప్రతి ఒక్కరూ చదవాలని నా ఉద్దేశం. వైద్యశాస్త్రం చదవాలనుకున్నవారు ముఖ్యంగా చదవ వలసిన పుస్తకం.

వివిధ మతగ్రంథాలు కూడా నన్ను బాగా ప్రభావితం చేశాయి. నా జీవితంలో నాకొచ్చిన అనేక సందేహాలను ఈ గ్రంథాల అధ్యయనం ద్వారా

తీర్చుకోవడానికి ప్రయత్నించాను. కురాన్, బైబిల్, వేదాలు, భగవద్గీత, ఇవ్వన్నీ కూడా మానవుని అస్తిత్వాన్ని గురించి లోతైన అవగాహన కలుగ చేస్తాయి. నా జీవితంలోని అనేక సందిగ్ధావస్థలనూ, చిక్కుముడులనూ పరిష్కరించుకోవడానికి నాకెంతగానో తోడ్పడ్డాయి.

ఈ గ్రంథాలు జీవితంలోని ఏ అవస్థనైనా అర్థం చేసుకోవడానికి ఎట్లా ఉపయోగిస్తాయో చెప్పేందుకు ఒక ఉదాహరణ ఇస్తాను. బెంగుళూరులో ఏరోనాటికల్ ఇంజినీర్‌గా కొన్నాళ్ళు పనిచేశాక, మాకు INCOSPAR లో రాకెట్ ఇంజినీర్ ఉద్యోగానికి ఇంటర్వ్యూ వచ్చింది. ఇది డాక్టర్ విక్రమ్ సారాభాయ్ ప్రారంభించిన సంస్థ. ఈ ఇంటర్వ్యూ గురించి నేను చాలా ఆందోళన చెందాను. ఏం జరుగుతుందో తెలియదు. ఆ సమయంలో నా స్నేహితుడూ, రామేశ్వరం దేవాలయ పూజారి కొడుకూ అయిన లక్ష్మణశాస్త్రి మాటలు నాకెంతో ధైర్యం ఇచ్చాయి. అతను గీతలోని వాక్యాలను ఉదహరిస్తూ "మానవులంతా భ్రమల్లోనే పరిభ్రమిస్తూ వుంటారు. రాగద్వేషాల మధ్య ఊగిసలాడుతూ వుంటారు. కానీ ఎవరైతే పుణ్యకార్యాలు చేసి రాగద్వేషాలను అధిగమిస్తారో, వారు వారి కష్టసుఖాలలో నా ఎడల స్థిరమైన భక్తితో వుంటారు" కనుక నాకు నేను ఇలా చెప్పుకుని బయలుదేరాను. "విజయం పొందాలంటే ఖచ్చితంగా పొందాలనే ఆశ అవసరం లేదు" అదే దృక్పథంతో వెళ్ళాను ఇంటర్వ్యూకి.

భారతదేశపు అంతరిక్ష రంగం అభివృద్ధి చెందుతున్నది. దానిని మరింత అభివృద్ధి చేసి ఒక స్థాయికి తేవడానికి కృషిచేస్తున్న అనేకమందితో కలిసి నేను పనిచెయ్యాలి. ఇండియన్ స్పేస్ రిసెర్చ్ సంస్థతో నాకు దాని ప్రారంభం నుంచే సంబంధం వుంది. ఆ సంస్థ అభివృద్ధీ అది దేశానికి అందించిన సేవా, దాని లక్ష్యాలను నిర్దేశించి నడిపించిన వ్యక్తులూ, మొదలైన విషయాలను తలుచుకుంటే నాకొక గీతాశ్లోకం గుర్తొస్తుంది. "పువ్వుని చూడండి. ఎంత ఉదారంగా అది సౌరభాన్నీ, తేనెనూ పంచుతుందో! తన పని ముగియగానే నిశ్శబ్దంగా నేలరాలుతుంది. అన్ని విశేషాలున్నా నిగర్వంగా, నిరహంకారంగా వుండే ఆ పుష్పంలాగా వుండడానికి యత్నించండి." అంతరిక్ష రంగ స్థాపకు

లైన ప్రముఖులు కూడా ఆ పుష్పాలవంటివారే. వారు సంస్థకు మార్గదర్శనం చేసి కొత్త ఆలోచనలకూ, కొత్త విధానాలకూ దారి ఏర్పరిచారు.

నేను డిఫెన్స్ రిసెర్చ్ డెవలప్‌మెంట్ ఆర్గనైజేషన్‌లో వున్నప్పుడు భారత దేశపు దేశీయ క్షిపణుల తయారీ, అభివృద్ధి కార్యక్రమంలో పనిచేసేవాడిని. నేను అనేకమంది మేధావులూ అంకితభావంతో పనిచేసేవారూ అయిన ఇంజినీర్లతో కలిసి పనిచేశాను. వారిని గురించి స్మరించుకున్నప్పుడు నాకు పవిత్ర కురాన్‌లోని వాక్యాలు గుర్తొస్తాయి. "వెలుగుపైన వెలుగు! అల్లా తను ప్రసరించవలసిన వారిపైనే వెలుగు ప్రసరిస్తాడు."

నా వ్యక్తిగత జీవితంలో కూడా ఈ గ్రంథాలు నాకెంతో సాంత్వన నిచ్చాయి. జీవితంలో అనేక పరిణామాలనూ, కష్టసుఖాలనూ అర్థం చేసుకోవడానికి తోడ్పడ్డాయి. ఒక సంవత్సరపు వ్యవధిలోనే నేను నా తల్లితండ్రులిద్దరినీ పోగొట్టుకున్నాను. నేను మా అమ్మను ఆమె బ్రతికివుండగా ఎక్కువసార్లు చూడడానికి రాలేకపోయినందుకు దుఃఖంతోనూ, పశ్చాత్తాపం తోనూ రామేశ్వరం మసీదులో ప్రార్థన చెయ్యడం గుర్తుంది. కానీ తరువాత కొంతకాలానికి కురాన్‌లోని కొన్ని వాక్యాలు స్ఫురణకొచ్చాయి. వాటి సారాంశం ఏమిటంటే మర్త్యులు వెళ్ళిపోవడం అనివార్యం. స్థిరంగా వుండేది భగవంతుడే. "సంపదా, సంతానం అన్నీ తాత్కాలికమే. అవి ప్రలోభాలు మాత్రమే. కేవలం ఒక్క అల్లానే శాశ్వతం."

సాహిత్యంలో నాకు కవిత్వమే ఎక్కువ ప్రీతిపాత్రమైనది. టి.ఎస్. ఎలియట్, లూయికెరోల్, విలియం బట్లర్ యీట్స్‌ల కవిత్వం నా మనస్సులో చెరగని ముద్ర వేసింది. వీరి కవితలు నా మనసులో తరచూ తేలియాడి అనేక సందర్భాలకు వర్తించాయి. లూయీ కెరోల్ వ్రాసిన ఈ పంక్తులు నా శాస్త్ర విజ్ఞాన రంగంలో ఎంతో ఉపకరించాయి.

"నైపుణ్యమైనా, ఆకాంక్షైనా, స్పర్థ అయినా
అన్నీ హేతువులో కరిగిపోవాలి
బలహీనతలన్నీ బలాలయ్యే వరకూ

చీకటి అంతా వెలుగుగా మారేవరకూ
తప్పులన్నీ సరిదిద్దుకునే వరకు"

నాకు పని ఒత్తిడి ఎక్కువైనప్పుడు రోజులన్నీ ఒకేమాదిరిగా పరిణమించి ఒకదానికీ, మరొకదానికీ తేడా లేకుండా పోయినప్పుడు సామ్యూల్ టేలర్ కూ(్రలిడ్జ్ కవిత నాకు సరిగ్గా అనువర్తించింది.

"రోజు తరువాత రోజు, రోజు తరువాత రోజు
మనం అతుక్కుపోతాం, గాలి పీల్చుకోవడానికీ, కదలడానికీ లేదు
చిత్రకారుడు గీసిన సముద్రంలో ఓడలాగా"

ఒక్కొక్కసారి నేను అసంభవమైన గడువులతో పనిచెయ్యవలసి వచ్చేది. ఒక సహోద్యోగి అయిన గ్రూప్ కెప్టెన్ నారాయణన్ మేము తయారుచేయ వలసిన గైడెడ్ మిస్సైల్స్ విషయంలో చాలా అసహనంగా వుండేవాడు. ఆయన ఒకరోజు నాతో ఇట్లా అన్నాడు. "నీకేం కావాలో చెప్పు నేను తెచ్చిస్తాను. కానీ సమయం కావాలని మాత్రం అడక్కు" అతని తొందరకు అప్పుడు నేను నవ్వి T.S. ఎలియట్ కవిత చదివి వినిపించాను.

"ఆలోచనకీ, సృజనకీ మధ్య
ఉద్వేగానికీ, స్పందనకీ నడుమ
ఒక నీడ పడుతుంది"

కొంతమంది రచయితలు నన్ను లోతుగా ప్రభావితం చేశారు. వారంతా నాకు ఎప్పటికప్పుడు ధైర్యం కలుగచేస్తూ వుండే పాత స్నేహితులలాంటి వారు. నా మనసులోకి ఎప్పుడు ప్రవేశించాలో వారికి తెలుసు. నేనెప్పుడు సందిగ్ధంలో పడతానో, ఎప్పుడు చింతాక్రాంతుడనై ఉంటానో వారికి తెలుసు. నాకు మిక్కిలి సంతోషకరమైన సందర్భాలలో కూడా వాళ్ళు నాతో వున్నారు. ఈనాడు కంప్యూటర్ ద్వారా మిక్కిలి వేగవంతమైన సమాచారప్రసారం చూసుకుని మనం పుస్తకాల సౌందర్యాన్ని వదిలిపెట్టకూడదు. నేను యువకులకు చదివి వినిపించే పుస్తకాలమీద ఈ కవిత వ్రాసుకుంటాను.

పుస్తకాలను గురించిన సారాంశం ఇందులో.

గత అర్థశతాబ్ది కాలంలో
పుస్తకాలే నా ప్రియమిత్రులు
పుస్తకాలు నాకు కలలనిచ్చాయి
కలలు లక్ష్యాలనిచ్చాయి
పుస్తకాలు ఆ లక్ష్యసాధనకు చేయూతనిచ్చాయి
అవి నా వైఫల్యాలప్పుడు ధైర్యాన్నిచ్చాయి
మంచి పుస్తకాలు నాకు దేవతలు
నా హృదయాన్ని మృదువుగా స్పృశించాయి ఒకప్పుడు
అందుకే యువమిత్రులకు నా అభ్యర్థన.. పుస్తకాలతో స్నేహించండని
అవే మీకు గొప్ప స్నేహితులని.

అగ్ని ప్రమాదం

అంతకు ముందు అధ్యాయాలలో నేను పొందిన ఆశాభంగాలనూ, పరాజయాలను గురించీ, వాటినుంచీ నేను నేర్చుకున్న పాఠాలను గురించీ చెప్పి వున్నాను. ఒక ఆశాభంగపు తాలూకు విచారం మాసిపోయి ఒక అవలోకనా, అవగాహనా కలిగాక ఆ అనుభవాలు మన దృక్పథాన్ని మార్చివేస్తాయి. అవి మన ఆత్మ మీద కూడా ప్రభావం చూపిస్తాయి. తరువాత మన ఉనికిని గురించిన వాస్తవాలను ముందుకు తెస్తాయి. అప్పుడు ఆ సందర్భాలలో మనం ఎట్లా స్పందించామో విశ్లేషించుకోవాలి. వాటిని మనం మనమీద ఎగిసిపడి సమసిపోయిన కెరటాల్లాగా చూడాలా, లేదా వాటిని లోతుగా విశ్లేషించుకుని అందులోనుంచీ కొంత లోచూపుని సంతరించు కోవాలా?

కొన్ని పెద్ద సంఘటనలే మనలో ముఖ్యమైన కదలిక తెస్తాయని వేరే చెప్పక్కర్లేదు. మనం ఎక్కువగా విలువనిచ్చి గౌరవించేవారు మనమీద ఎక్కువ ఆశలు పెట్టుకున్నప్పుడు మననుంచీ ఉన్నత ప్రమాణాలు ఆశించినప్పుడూ, మనం తీసుకునే నిర్ణయాలు లక్షలాది ప్రజల జీవితాలకు సంభవించిన వైనప్పుడూ మన ప్రాముఖ్యమూ, మన అహమూ మార్పు చెందుతాయి.

నా ఉద్యోగ జీవితంలో జరిగిన ఇటువంటి కొన్ని ముఖ్యమైన విషయాలను ఉదహరిస్తాను. నేను SLV-3 ప్రాజెక్ట్‌కు నాయకత్వం వహిస్తున్నప్పుడు (ఉపగ్రహం విడుదల చేసే రాకెట్ భారతదేశపు మొదటి దేశీయ క్షిపణి అగ్ని), నాకూ మా బృందానికీ వుండే ఆకాంక్షలకి ఆకాశమే హద్దుగా వుండేది. ప్రభుత్వానికీ, ప్రజలకీ కూడా అట్లాగే వుండేది. ప్రస్తుతం వున్నంత ఎక్కువగా కాకపోయినా ప్రసార మాధ్యమాల నిశిత పరిశీలన కూడా వుండేది. మొదటి

విడత విడుదలలో SLV-3 విఫలమైంది. అగ్ని ప్రాజెక్టు కూడా ఎన్నో అవాంతరాల నెదుర్కున్నది. విడుదలకు ముందు వైఫల్యాలు సంభవించాయి. ఈ ప్రాజెక్ట్ నన్నూ, నా బృందాన్నీ తీవ్రమైన ఒత్తిడికి గురిచేసింది. ఈ ప్రాజెక్ట్ ముందుగా ఎదుర్కున్న వైఫల్యం వలన అది వరకు మేము సాధించిన విజయాలు కూడా కనపడకుండా పోయాయి. ఆ వైఫల్యాలకు గల కారణాల విశ్లేషణ, అంతర్మథనం ఇప్పటికీ నా మనస్సులో చెరగని ముద్రగా వుండి పోయింది. అంతకంటే మనకు ఎక్కువ జ్ఞాపకం వుండేది మన ఆలోచన లన్నింటినీ ఆచరణలో పెట్టి మనతో పనిచేసినవారి అంకితభావం. వారు పడిన వేదన. ఇది నేను నా ఉద్యోగ జీవితంలో చూశాను. అందుకు నేను చాలా చలించిపోయాను.

1960-70లలో నేను తుంబా ఈక్వెటోరియల్ లాంచింగ్ స్టేషన్ (TERLS) లో డాక్టర్ విక్రమ్ సారాభాయ్ మార్గదర్శకత్వంలో పనిచేసే వాడిని. అప్పుడు మనం స్వంతంగా రాకెట్లు, SLV లూ, ఉపగ్రహాలూ తయారుచేస్తున్నాం. దేశంలోని వివిధ ప్రయోగశాలలలో రాకెట్లకు పేలోడ్స్ తయారుచేయడం జరుగుతోంది. ఈ సౌన్డింగ్ రాకెట్ ప్రోగ్రామ్‌లో భారత దేశంలోని ఫిజికల్ లాబొరేటరీలన్నీ పాల్గొంటున్నాయి. ఈ పేలోడ్స్ రాకెట్ నిర్మితిలో అంతర్భాగం, ఇటువంటి పేలోడ్ తయారుచేసే ప్రయోగశాలలో నా సహోద్యోగి ఒకరిపేరు సుధాకర్. ఒకసారి మేము రాకెట్ విడుదల సన్నాహాలలో వున్నాం. చాలా ప్రమాదకరమైన సోడియమ్, థెర్మైట్ మిశ్రమాన్ని నింపి దూరంనుంచీ అదుముతున్నాము. తూర్పుతీరంలో వుండే అనేక ప్రాంతాల్లో లాగే తుంబాలో కూడా చాలా వేడిగా తేమగా వుంది. నేను, సుధాకర్ చాలాసేపటినుంచీ ఆ పని చేస్తున్నాము. ఎండ వేడిమి ఎక్కువగా వున్నా, మేమది పట్టించుకోవడం లేదు. అలాంటి ఆరు మిశ్రమాలను నింపిన తరువాత మేము పేలోడ్ గదికి వెళ్ళి మిశ్రమం సరిగ్గా నిండిందో, లేదో స్వయంగా చూద్దామని బయలుదేరాము. మేము పనిలో మునిగివున్నందువల్ల అతిసాధారణమైన ఒక విషయం మర్చిపోయాము. శుద్ధమైన సోడియమ్‌కి నీళ్ళు తగిలితే ప్రమాదమనే విషయం. నేనూ, సుధాకర్ ఆ మిశ్రమం మీదకు

వొంగి పరీక్షిస్తూ వుంటే సుధాకర్ నుదిటిమీదనుంచీ చెమటబిందువొకటి ఆ మిశ్రమం మీద జారిపడింది. మేము స్పందించకముందే ఒక శక్తివంతమైన ప్రేలుడు మమ్మల్ని వెనక్కి నెట్టేసింది. అది గదినే ఒక ఊపు వూపింది. మేమిద్దరం నేలమీద పడిపోయాం. కొద్ది క్షణాలు నేను అచేతనంగా వుండి పోయాను. అంతలోనే ఆ ప్రేలుడులోనుంచీ మంటలు బయలుదేరాయి. మా కళ్ళముందే ప్రయోగశాల భయంకరంగా తగలబడిపోతున్నది. అది సోడియమ్ నుంచీ వచ్చిన మంట కనుక నీళ్ళతో ఆర్పడానికి కుదరదు. అది మరింత విధ్వంసానికి దారితీస్తుంది. ప్రయోగశాల ఒక పెద్ద అగ్నికీలగా మారి పోయింది. తరువాత ఈ సంఘటనను తలుచుకున్నప్పుడు జరిగినదంతా నెమ్మదిగా నాకళ్ళముందు కదిలింది. ప్రమాదమూ, ప్రేలుడూ, తరువాత అగ్నికీల! నిజానికి ఇదంతా కళ్ళుమూసి తెరిచేలోగా జరిగిపోయింది. నేనింకా లేచి నిలబడకముందే సుధాకర్ అద్భుతమైన బుద్ధికుశలత చూపించాడు. అక్కడి గాజు తలుపులను తన చేతుల్తోనే పగలగొట్టి ఒక్కక్షణం కూడా ఆలస్యం చెయ్యకుండా నన్ను బయటికి తోసి తరువాత తనూ బయటికి దూకాడు. ఈ పనులన్నీ కొన్ని క్షణాలలో జరిగిపోయినప్పటికీ చివరికి బయటపడ్డ సుధాకర్‌కి బాగా కాలిన గాయాలయ్యాయి. అతనికి కాలిన గాయాలే కాదు గాజు తలుపులు పగలకొట్టినందువలన చేతులకు కూడా బాగా గాయమై రక్తం కారింది.

మేము ఆ మంటలనుంచీ బయటకు వస్తూండగానే నన్ను కాపాడి నందుకు సుధాకర్‌కు కృతజ్ఞత చెప్పాను. అంత నొప్పిని భరిస్తూనే అతను నా మాటలకు నవ్వుతూ బదులిచ్చాడు. అతని గాయాలు మానడానికి చాలా వారాలపాటు హాస్పిటల్‌లో చికిత్స చేయించుకోవలసి వచ్చింది. అది నా జీవితంలో చూసిన అతిపెద్ద ప్రమాదం. అంతేకాదు అందులోనుంచీ బ్రతికి బయటపడ్డాన్ని కూడా చాలా రోజులు తలుచుకున్నాను. తన ప్రాణాలను కూడా లెక్కచెయ్యకుండా ఒకరు మనని హృదయపూర్వకంగా కాపాడడం అనేది మనని ఎంతో వినమ్రతకు గురిచేసే అనుభవం. మృత్యువునుంచీ కాపాడబడినవారి మనసు ఉద్వేగభరితమౌతుంది. ముందు ఒక ఉపశమనం,

తరువాత ఒక అపరాధభావం, ఆపైన కృతజ్ఞతా, ఇట్లా అనేక భావాలు ముప్పిరిగొంటాయి. తన క్షేమం చూసుకోకుండా నన్ను కాపాడడమే ముఖ్యం అనుకున్నాడు సుధాకర్. కనుక మేము చేస్తున్న పనిని జాప్యం కానివ్వకుండా పూర్తిచెయ్యడం నా బాధ్యత అనుకున్నాను.

సుధాకర్ ధైర్యసాహసాలు నాకెంతో స్ఫూర్తినిచ్చాయి. జీవితంలోని స్వల్పవిషయాలకు నేను ప్రాముఖ్యమిస్తున్నానేమో అనిపించినప్పుడూ, పెద్ద విషయాలను వదిలివేస్తున్నానేమోనని సందేహం వచ్చినప్పుడూ, ఈ జన సముద్రంలో నేను కేవలం ఒక బిందువునని మర్చిపోయినప్పుడూ, నేనీ అసామాన్యమైన వ్యక్తిని తలుచుకుంటాను. అతను అందరు సామాన్యుల్లాగే కనిపిస్తాడు, ఇక్కడ పనిచేస్తున్న అందరు శాస్త్రవేత్తల్లాగానే వుంటాడు కానీ అందరికీ వుండే ప్రాథమికమైన భయాలను అధిగమించాడు. తన ప్రాణాన్ని కాపాడుకోకుండా ఒక అసాధారణమైన పనిచేశాడు.

నా హృదయం మీద ఒక వేదనామయమైన ముద్ర వేసిన మరొక సంఘటన వున్నది. అది 1999లో జరిగిన అర్కోణం విమాన ప్రమాదం. అది నాలో మిక్కిలి ఆవేదన మిగిల్చింది. నా అహంకారంలో శాశ్వతమైన మార్పు తెచ్చింది. అది జరగగానే దాన్ని ప్రాముఖ్యాన్ని నేను అవగాహన చేసుకున్నాను, కానీ నా భావాలను నా పని ఒత్తిడి క్రింద కప్పిపెట్టాను. చాలా సంవత్సరాల తరువాత నేనూ, నా సన్నిహిత మిత్రుడొకరూ కలిసి ఒక పుస్తకం వ్రాస్తున్నప్పుడు నా భావాలను బయటపెట్టాను. అప్పుడు విచారమూ, పశ్చాత్తాపమూ లేకుండా జరిగినదేమిటో అతనికి చెప్పాను.

1999 జనవరి 11వ తేదీన బెంగుళూరునుంచీ అర్కోణం చెన్నై సముద్రతీరానికి రెండు విమానాలు బయలుదేరాయి. అవి ఒక సైంటిఫిక్ సంబంధమైన పనిమీద ఎయిర్‌బోర్న్ సర్వైలెన్స్ ప్లాట్‌ఫామ్ (ASP) తరపున బయలుదేరాయి. అందులో ఒకటి అవ్రో విమానం. అందులో ఒక నిఘా యంత్రాంగం వుంది. అది మెటోడోమ్ (ఒక డిష్ వంటి పరికరం)పైన అమర్చబడింది. అది 1000 అడుగుల ఎత్తుకు ఎగిరింది. అక్కడనుంచీ తీరంవైపు మళ్ళింది. తీరంలో రాడార్ ప్రయోగ పరీక్ష జరుగుతున్నది. ఈ

అవ్రో గాలిలోకి ఎగిరేందుకు పదిహేను నిమిషాల ముందు ఒక AN-32 విమానం కూడా బెంగుళూరు నుంచీ బయలుదేరింది. ఈ విమానం రాడార్ ప్రయోగపరీక్షకు లక్ష్యమైనది. ఈ పరీక్ష దాదాపు ఒక గంటన్నరసేపు జరిగింది. రాడార్ వ్యవస్థ పనితీరుపై అందరికీ ఆనందం కలిగింది. AN-32 విమానం మధ్యాహ్నం నాలుగు గంటలకు అర్కోణం చేరింది. ఈ సమయంలోనే అవ్రో విమానం కూడా అర్కోణం వైపు మళ్ళింది. అది పదివేల మైళ్ళ ఎత్తు నుంచీ అయిదువేల మైళ్ళకు దిగనున్నప్పుడు అంతా బాగానే వున్నది కానీ ఈ అవ్రో విమానాశ్రయానికి అయిదు నాటికల్ మైళ్ళ దూరంలో వున్నప్పుడు అది అయిదువేలనుంచీ మూడువేల అడుగుల ఎత్తులో వున్నది. అపుడు దాని మీద వున్న మెటోడోమ్ పడిపోయింది. అది పడిపోవడం వలన విమానం బాలన్సు తప్పిపోయి ఒక్కసారిగా కూలిపోయింది. అందులో వున్న ఎనిమిదిమందీ చనిపోయారు.

నేను సౌత్ బ్లాక్‌లో డిఫెన్స్ రీసెర్చి కౌన్సిల్ సమావేశంలో వుండగా నాకీ వార్త అందింది. నేను సమావేశం మధ్యలోనే లేచి వెంటనే విమానంలో బెంగుళూరు వెళ్ళాను. అక్కడ చీఫ్ మార్షల్ A.Y. టిప్నిస్ కూడా వున్నారు. దాని తరువాత రోజులు ఎంతో హృదయవిదారకమైనవి... ప్రమాదంలో మరణించినవారి కుటుంబాలను కలిసాను. వారంతా పిన్నవయస్సువారు. కొంతమందికి పసిపిల్లలు కూడా! వాళ్లని ఎలా ఓదార్చగలను? ఒక చిన్నారి తల్లి తన పాపను చూపుతూ, “ఈ పసిప్రాణాన్ని ఎవరు కాపాడతారు?” అని అడిగినపస్పుడు నాకు నోట మాట రాలేదు. “మాకెందుకిలా చేశావు నువ్వు?” అని ఒక తల్లి అడిగిన మాటలు నన్నెపుడూ వెంటాడుతూ వుంటాయి.

ఆ ప్రమాదం ఎంత తీవ్రమైనదంటే, చనిపోయిన ఎనిమిదిమందిలో ఏ ఒక్కరి అవశేషాలూ మాకు దొరకలేదు. వారి కుటుంబాలను ఓదార్చడానికి మేము మృతులకు శవపేటికలు తయారుచేయించాము. వాటిని ఎయిర్‌ఫోర్స్ హాలులో పెట్టాము. ఆ మధ్యాహ్నం ఉద్యోగానికని బయలుదేరి తిరిగిరాని లోకాలకు వెళ్ళిపోయిన ఆ ఎనిమిదిమందికీ వీడ్కోలు చెబుతూ నేను ప్రసంగించాను. ఆ రాత్రి అమిత వేదనతో, అపరాధభావంతో, అలసటతో

నా గదికి వచ్చి నా డైరీలో ఇట్లా వ్రాసుకున్నాను.

దీపాలు వేరు
కానీ కాంతి ఒకటే
ప్రాపంచిక సుఖాలన్నీ మీరు ప్రపంచానికి సమర్పించారు
నా అంతరాత్మలో మీరు చిరంజీవులు.

ఈ సంఘటన తరువాత కొన్ని సంవత్సరాలకు నేను సౌత్ బ్లాక్ నుంచీ రాష్ట్రపతి భవనానికి మారాను. కానీ అక్కడ కూడా ఆ వితంతువుల దుఃఖం పసిపిల్లల ఏడుపులు, తల్లిదండ్రుల ఆక్రందనా నన్ను వెంటాడుతూనే వున్నాయి. తమవారి మృతదేహాలను కూడా కడసారి చూసుకోలేకపోయి వొట్టి శవ పేటికలతో సరిపెట్టుకోవడం నా హృదయాన్ని అమితంగా కలిచివేసింది. రక్షణపరమైన సాంకేతిక రంగాలపై పెద్ద పెద్ద ప్రణాళికలు వేసే అధికార యంత్రాంగం ఎప్పుడైనా ఆయా రంగాలలోనూ, ప్రయోగశాలలలోనూ పనిచేసే ఉద్యోగులు చేసే త్యాగాలను గురించి ఆలోచిస్తుందా? ప్రజల కష్టం, త్యాగం లేనిదే ఒట్టి రాజకీయ ప్రసంగాలు ఒక జాతిని నిర్మించలేవు. ప్రజల త్యాగాలే నిజమైన జాతినిర్మాతలు.

మనకి అధికార పదవులు వస్తే మనం విజయ శిఖరాలను అందుకున్నా మని అనుకుంటాం. కానీ అప్పుడే మనం మన ఆకాశహర్మ్యాల నిర్మాణానికి రాళ్ళెత్తిన ప్రజాసమూహాన్ని గురించి ఆలోచించాలి. అనేకమంది త్యాగాలను గుర్తించాలి. ఈ సంఘటన గురించి నేను నా స్నేహితుడు అరుణ్ తివారీకి చెబుతున్నప్పుడు అతను ఇట్లా అడిగాడు, “ఇందులో వుండే సందేశం ఏమిటి?” అని.

“నువ్వొక దీపంలా నటించకు. ఒక శలభంలా వుండు. సేవలో దాగిన శక్తిని తెలుసుకో. మనం బాహ్యంగా వుండే రాజకీయాలే జాతిని నిర్మిస్తాయని అనుకుంటున్నాం. అసలు ప్రజల త్యాగాలు, వాళ్ల ధైర్యసాహసాలూ, శ్రమా ఇవ్వే జాతిని నిర్మించేవి” అన్నాను.

ఇప్పుడు ఆ సంఘటనల గురించి తలుచుకుంటే వాటి ప్రభావమే కాదు ఆ సంఘటనలు కూడా నా కళ్లముందుకు వస్తాయి. హాస్పిటల్లో సుధాకర్! ఆనాటి ప్రమాదంలో మృతుల కుటుంబాలు! సుదీర్ఘ క్రమంలో ప్రభుత్వం నుంచీ అందుకున్న పరిహారం! నాకొక భయంకరమైన ఒంటరితనం అనుభూతమౌతుంది. విచారంలో మనం ఎప్పుడూ ఒంటరులమే. అది మనకు మన స్వస్వరూప జ్ఞానం కలిగినప్పుడే! నన్ను నేను తెలుసుకుంటూ జీవితం గురించీ, మన ఉనికి గురించి ఆలోచిస్తున్నప్పుడూ కొత్త ఆలోచనలూ, వివేకమూ జనిస్తాయి.

మనందరికీ ఎప్పుడో ఒకప్పుడు హృదయ వేదనా, ఆఖరికి మరణమూ తప్పవు. అయితే నా ఈ ఎనిమిది దశాబ్దాల జీవితంలో నేను తెలుసుకున్న దేమిటంటే ఇటువంటి గుణాలే మనకి నిజమైన మిత్రులు. ఆనందం క్షణికమైనది. నిజమైన ఆనందమూ, ప్రశాంతతా మనకి తీవ్రమైన బాధ అనుభవించాకే దక్కుతాయి. మనని మనం మన ఆత్మ అనే అద్దంలో చూసుకుని అర్థం చేసుకున్నప్పుడే!

నా మార్గదర్శి:
డాక్టర్ విక్రమ్ సారాభాయ్

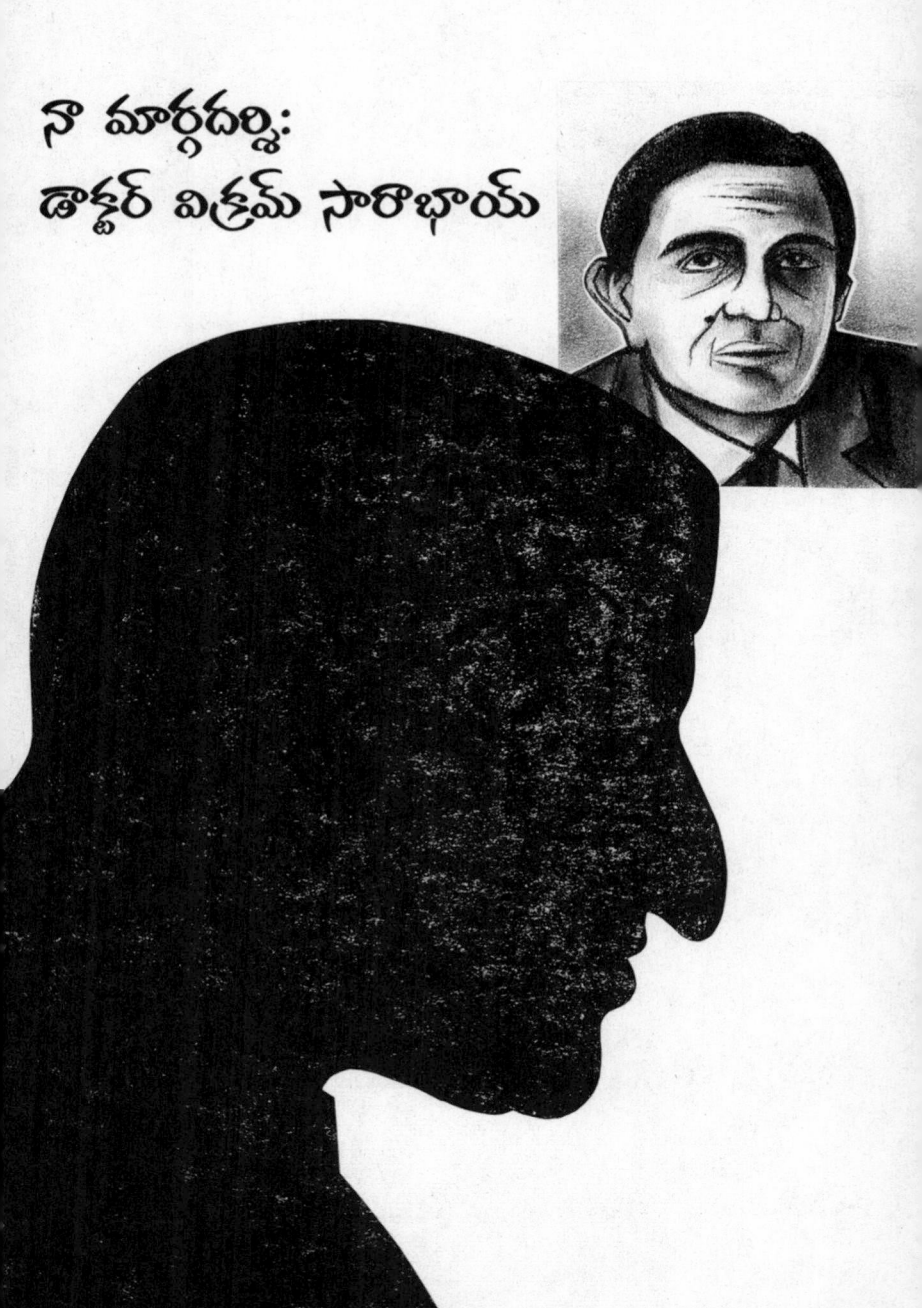

మన జీవితంలోని వివిధ దశలలో మనకి బోధకులూ, మార్గదర్శకులూ ప్రవేశిస్తారు. బాల్యంలో నేను నా తలిదండ్రులనూ, ఉపాధ్యాయులనూ అట్లా పరిగణించాను. తరువాత నా ప్రియ స్నేహితుడూ, బావగారూ అయిన జలాలుద్దీన్ నా జీవితంలోని కీలకమైన విషయాలలో నాకు మార్గదర్శకత్వం చేశాడు. అయితే నా వృత్తి ప్రారంభంలో డాక్టర్ విక్రమ్ సారాభాయ్ వంటి గురువూ, మార్గదర్శి దొరకడం నిజంగా నా అదృష్టం. ఆయన కార్యక్షేత్రంలో పనిచెయ్యగలగడం మరీ అదృష్టం.

ఆయన ఒక శాస్త్రవేత్త, విద్యావేత్త, దార్శనికుడు, ఒక సంస్థను స్థాపించిన వాడు. ఆయన మనదేశంలోని ఒక గొప్ప మేధావి, కార్యదక్షుడు. ఆయన్లో మేధాశక్తీ, నాయకత్వలక్షణమూ కలగలిసి వున్నాయి. స్వాతంత్ర్యం వచ్చిన తరువాత అప్పుడప్పుడే రూపుదిద్దుకుంటున్న అంతరిక్ష కార్యక్రమ నేతగా ఆయన్ని ఎన్నుకోవడం మన అదృష్టం. ఆయన గురించీ ఆయన సాధించిన విజయాలగురించీ చాలా చదువుకున్నాం మనం. ఆయన ISRO స్థాపించా డనీ, అన్నిటికన్న ప్రముఖమైన ఇండియన్ ఇన్స్టిట్యూట్ ఆఫ్ మేనేజిమెంట్ (IIM), అహమ్మదాబాద్‌ను స్థాపించాడనీ మనకు తెలుసు. నేను ఆయన్ను చూసినప్పుడు ఆయనలో ఈ మొత్తం చూశాను. నాలాంటి ఒక రాకెట్ ఇంజినీర్‌కు ఆయన ఒక హీరో కంటే ఎక్కువే.

ఆయన్ని మొదటిసారి INCOSPAR లో ఇంజినీర్ పోస్ట్‌కి ఇంటర్వ్యూకు వెళ్ళినప్పుడు చూశాను. ఆయన్ని చూడాలనే నా చిరకాల స్వప్నం నిజమైంది. ఈ ఇంటర్వ్యూ నాకు అనుకోకుండా వచ్చింది. టాటా ఇన్స్టిట్యూట్ ఆఫ్ ఫండమెంటల్ రీసెర్చ్ (TIFR) లో వుండే ప్రొఫెసర్ M.G.K. మీనన్, నంది

హోవర్ క్రాఫ్ట్‌లో నా పనిని చూసి ఈ ఇంటర్వ్యూకి పిలిపించారు. ఈ ఇంటర్వ్యూ ఎవరు చేస్తారో, ఏం అడుగుతారో నాకు ఎటువంటి ఆలోచనా లేదు. వాళ్ళు ఏ రంగంలో నా జ్ఞానాన్ని పరీక్షిస్తారో తెలియదు. అందుకని దానినుంచీ ఎక్కువ ఏమీ ఆశించకుండా ఖాళీ మనసుతో బొంబాయి వెళ్ళాను. ఏదైనా ఒకటి పొందాలంటే ఆ పొందాలనుకున్నదాన్ని ఎక్కువ కాంక్షించ కూడదనీ, ప్రశాంతచిత్తంతో ఖాళీ మనసుతో వుండాలనీ నా జీవితానుభవం నేర్పింది.

నన్ను డాక్టర్ సారాభాయ్, ప్రొఫెసర్ మీనన్, అణుశక్తి సంస్థ డిప్యూటీ సెక్రటరీ అయిన మిస్టర్ సరాఫ్ ఇంటర్వ్యూ చేశారు. వాళ్లల్లో ప్రతిఒక్కరూ శాస్త్రవిజ్ఞాన ఖనులు. అయినప్పటికీ వారు నాతో ఎంతో ప్రేమగా, హుందాగా ప్రవర్తించారు. ఈ ఇంటర్వ్యూ డాక్టర్ సారాభాయ్‌తో నా భవిష్యత్తు బాంధవ్యానికి మార్గం వేసింది. ఆయన కేవలం నా జ్ఞానాన్ని మాత్రమే పరీక్షించలేదు. ఎక్కువగా నా ఆలోచనాధోరణిని గమనించారు. నా వ్యక్తిత్వాన్నీ, నా లక్ష్యాలనూ, నా అభివృద్ధి సంభావ్యతనూ, ఒక వృత్తిసంబంధమైన దృష్టితోనూ, మానవీయ కోణంలోనూ కూడా పరిశీలించారు. ఆయన నాతో చాలా ప్రోత్సాహకరం గానూ, ప్రేమగానూ మాట్లాడారు. నేను చెప్పినదాన్ని శ్రద్ధగా విన్నారు. ఆయన కేవలం ఒక ఇంజినీర్‌ను వేసుకోవడం అనిగాక, నాలోవుండే సామర్థ్యాన్ని అంచనావేసి, నాపై శ్రద్ధ పెట్టబోతున్నట్టు నాకు అనిపించింది. నా వృత్తి జీవితంలో ఇంత గొప్పవాడైన ఒక వ్యక్తి నా ఆలోచనలనూ, కలలనూ భారతీయ అంతరిక్ష కార్యక్రమం అనే తన గొప్ప ఆకాంక్షలోకి పొదువుకోవడానికి సిద్ధపడుతున్నాడని అనిపించింది.

నన్ను INCOSPAR లోకి తీసుకున్నారు. ఇది నా కలల సాకారం. నా వృత్తిలో ఒక గొప్ప పరిణామం నేను నా ఉద్యోగంలో స్థిరపడి అక్కడి పద్ధతులనూ పనినీ అలవాటు చేసుకున్నాక, నేనదివరకు పనిచేసిన చోట్లకీ, ఇక్కడికీ వున్న తేడాను చూసి ఆశ్చర్యపోయాను. ఇక్కడి వాతావరణం చాలా ఆహ్లాదకరంగా వున్నది. ఇక్కడ అధికారాల స్థాయీభేదాలూ, నిచ్చెనమెట్లూ అంత ముఖ్యం కావు.

ఇక్కడకు వచ్చిన వెంటనే డాక్టర్ సారాభాయ్ తుంబా ఈక్వెటోరియల్ రాకెట్ లాన్చింగ్ స్టేషన్ ఎలా నెలకొల్పారో ఆ కథ తెలిసింది. ఇది నేనెంత మందికి చెప్పినా తనివితీరదు. ఎందుకంటే ఇది శాస్త్రవిజ్ఞానమూ, ఆధ్యాత్మికతా ఒక దగ్గరకొచ్చిన అద్భుత సందర్భం. నా జీవన చోదకశక్తులు కూడా ఈ రెండే.

అది 1962వ సంవత్సరం... డాక్టర్ సారాభాయ్ ఒక అంతరిక్ష పరిశోధనా కేంద్రాన్ని స్థాపించడానికి తగిన స్థలం కోసం అన్వేషిస్తున్నారు. అప్పటికి చాలాచోట్లు సందర్శించారు. చివరకి కేరళలోని తుంబాను తగిన ప్రదేశంగా భావించారు. ఎందుకంటే అది భూమధ్యరేఖ ప్రాంతానికి దగ్గరగా వున్నందున. ఎత్తులోవుండే వాతావరణంలో అయనోస్పెరిక్ (Inospheric) పరిశోధనకు వీలుగా వుంటుందని భావించారు. అంతేగాక వాతావరణ నిర్మాణాన్ని కూడా అధ్యయనం చెయ్యవచ్చునని తలచారు. డాక్టర్ సారాభాయ్ తుంబా ప్రాంతానికి వెళ్ళినప్పుడు దాని పరిసరాల్లో చాలా గ్రామాలున్నాయి. వేలకొలదీ బెస్తవాళ్ళున్నారు. అక్కడ ఒక పురాతనమైన చర్చి కూడా వున్నది. సెంట్ మేరీ మాగ్డలీన్ చర్చి అది. పక్కనే బిషప్ నివాసం కూడా వున్నది. డాక్టర్ సారాభాయ్ పరిశోధనకు ఆ ప్రదేశాన్ని ఇవ్వమని అనేకమంది ప్రభుత్వాధికారులను, రాజకీయనాయకులనూ అడిగారు, కానీ లాభం లేక పోయింది. చివరికి త్రివేంద్రంలో వుండే బిషప్‌ను కలవమని చెప్పారు. ఆయన పేరు రెవెరెండ్ డాక్టర్ పీటర్ బెర్నార్డ్ పెరీరా... ఒక శనివారం డాక్టర్ సారాభాయ్ బిషప్‌ని కలిశారు. ఆయన నవ్వి మరునాడు ఆదివారం కలవమని చెప్పారు. ఆ మరునాడు ప్రార్థనాసమయంలో అక్కడికి వచ్చినవారితో బిషప్ ఇట్లా చెప్పారు "బిడ్డలారా! ఇప్పుడు నాతో ఒక గొప్ప శాస్త్రవేత్త వున్నారు. ఆయనకు పరిశోధనకోసం మన చర్చీ, నేనుండే ఇల్లూ కావాలట. శాస్త్రవిజ్ఞానం హేతువుతోనూ, తర్కంతోనూ నిజాన్ని రాబట్టాలనుకుంటుంది. ఒక విధంగా చూస్తే శాస్త్రవిజ్ఞానమూ, ఆధ్యాత్మికతా కూడా కోరుకునేది భగవంతుని అనుగ్రహమే.. జనహితమే.. బిడ్డలారా! మనం విజ్ఞానశాస్త్ర పరిశోధనకోసం మన దేవాలయాన్ని ఇవ్వగలమా?" భక్తసమూహం 'ఆమెన్'తో చర్చి

మారుమోగింది. ఫలితంగా బిషప్ ఆ చర్చిని ISRO పరిశోధనల కోసం జాతికి అంకితం చేయడానికి నిర్ణయం తీసుకున్నారు. అక్కడే మా డిజైన్ సెంటర్, రాకెట్ అసెంబ్లీ, ఫిలమెంట్ వైండింగ్ మెషీన్ వున్నాయి. బిషప్ నివాసమే మా శాస్త్రవేత్తల ప్రదేశం. చర్చ్ భవనాన్ని ఎంతో జాగ్రత్తగా కాపాడుతున్నాం. మా అందరికీ అదొక జ్ఞాపకచిహ్నం అయింది. ఇప్పుడందులో ఇండియన్ స్పేస్ మ్యూజియమ్ వున్నది. తరువాత విక్రమ్ సారాభాయ్ స్పేస్ సెంటరే (VSSC) కాక దేశంలో అనేక స్పేస్ సెంటర్లు స్థాపించబడ్డాయి.

ఇది తలుచుకున్నప్పుడు జ్ఞానసంపన్నులైన శాస్త్రవేత్తలూ, ఆధ్యాత్మిక వేత్తలూ గొప్ప లక్ష్యాలకోసం ఎట్లా సామరస్యంతో పనిచేస్తారో తెలుస్తుంది. తరువాత అతితక్కువ సమయంలోనే తుంబాలో ఒక నూతన చర్చి, కొత్త పాఠశాలలూ నెలకొల్పబడ్డాయి. ముందు TERLS తరువాత VSSC ల స్థాపనతో ప్రపంచస్థాయి రాకెట్లను డిజైన్ చేసి, రూపొందించే సామర్థ్యం భారతదేశానికి దక్కింది. భారతదేశం "జియొ సిన్క్రొనస్", "సన్ సిన్క్రొనస్" అంతరిక్ష నౌకలను, వాతావరణమూ, ప్రసార సంబంధమైనవాటినీ కూడా తయారుచేసే నైపుణ్యాన్ని సంపాదించింది. ఇందువలన త్వరితగతిన వార్తా ప్రసారం, వాతావరణ సూచనలు, జలవనరుల పరిశోధన సులువవుతున్నాయి. ఇప్పుడు డాక్టర్ విక్రమ్ సారాభాయ్ కానీ, రెవరెండ్ డాక్టర్ పీటర్ బెర్నాడ్ పెరీరా కానీ మన మధ్య లేరు. కానీ ఇతరుల జీవితాలకు పరిమళాలద్దిన పుష్పాలు వాళ్ళు. ఈ విషయమే భగవద్గీత ఇలా చెప్పింది, "పుష్పాన్ని చూడు. అది ఎంత ఉదారంగా పరిమళాన్నీ, తేనెనూ పంచిపెడుతుందో! అది అందరికీ ప్రేమగా వాటిని పంచుతుంది. తన కర్తవ్యం ముగిసాక నిశ్శబ్దంగా నేల రాలుతుంది. పుష్పంలా వుండడానికి ప్రయత్నించు. అన్ని గొప్ప గుణా లున్నప్పటికి నిరహంకారంగా."

మనకి రాకెట్ విడుదల కేంద్రం ఎలా ఏర్పడిందో చెప్పే ఈ కథ ఎన్నో తరాలకు స్ఫూర్తిదాయకమైనది. ఇది మనసుల కలయికకు సంబంధించినది. ప్రపంచంలో మరెక్కడా కూడా శాస్త్రపరిశోధనకు ఒక చర్చిని ఇవ్వడం జరగలేదు. ఒక్క మనదేశంలోనే జరిగింది. ఇందులో సందేశం ఏమిటంటే

మతంలోని మంచిని సమాజనిర్మాణానికి ఉపయోగపడే ఆధ్యాత్మికశక్తిగా రూపొందించాలి. ఈ సందేశం అందరికీ అందజెయ్యాలి.

ఈ సంస్థ ISRO గా మారిన తరువాత నేనక్కడ పనిచేస్తున్నప్పుడు విక్రమ్ సారాభాయ్‌తో నాకు ఎక్కువ సంబంధం ఏర్పడింది. మనదేశపు అంతరిక్ష కార్యక్రమంపై ఆయన కలలకు ఒక రూపం ఏర్పడుతున్నది. మనదేశం స్వంతంగా SLV రాకెట్లు తయారుచెయ్యాలనీ, అదే సమయంలో ఒక రాకెట్ సహాయిత విడుదల వ్యవస్థ (Rocket Assisted Take-Off System – RATO) ను నిర్మించాలనీ ఆయన ఆలోచన. అప్పుడు ఎంత క్లిష్టమైన ప్రదేశంనుంచీ ఆయనా మిలటరీ విమానాలను ఆకాశంలోకి పంపవచ్చు. ఆయన ఆలోచన తీరుకు నేను అబ్బురపడేవాడిని. స్పష్టమైన ఆలోచనలతో మా అందరికన్న ముందుగా భవిష్యత్తులోకి చూడగలిగిన ఆయన సామర్థ్యానికి ఆశ్చర్యపడేవాడిని.

ఆయనలోని నాయకత్వ లక్షణాలు ఎటువంటివంటే అతితక్కువ స్థాయి ఉద్యోగులను కూడా ఉత్తేజపరిచేవారు. ఆయన్లో గొప్ప నాయకుడికుండవలసిన ముఖ్య లక్షణాలున్నాయని నా ఉద్దేశం. అవేమిటో ఒక్కొక్కటీ చెబుతాను.

మొదటిది, ఆయన ఎవరు ఏం చెప్పినా వినడానికి సిద్ధంగా వుంటారు. భారతీయ సంస్థలలో అభివృద్ధిని నిరోధించే విషయం ఏమిటంటే ఉన్నత పదవుల్లో వున్నవారు తమకన్న తక్కువ స్థాయిలో వున్నవారు చెప్పేదానిలో ఆసక్తి చూపరు, పైగా నిర్లక్ష్యంగా కూడా వుంటారు. అంతేకాదు నిర్ణయాలన్నీ పైనుంచీ క్రింది స్థాయికి రావాలని కూడా ఒక నమ్మకం. నాయకత్వానికీ, సతాయింపు గుణానికీ మధ్య వున్న విభజనరేఖ చాలా సన్ననిది. డాక్టర్ సారాభాయ్ మామీద ఉంచిన నమ్మకానికి మేము ఆశ్చర్యపడేవాళ్ళం. INCOSPAR లో అనుభవంలేని యువ ఇంజనీర్లం ఎక్కువ. అయితే మాలో ఉత్సాహమూ, పట్టుదలా ఎక్కువ. మాలో ఉండే ఈ యువశక్తిని ఆయన ఒక కార్యానికి సిద్ధపరిచారు. మాకొక దృక్పథాన్నీ, ఒక పెద్ద సంస్థలో మేమూ భాగమనే భావననూ కలుగజేశారు. ఆయన తుంబా పర్యటనకొచ్చినప్పుడల్లా మాలో ఉత్సాహం పొంగిపొర్లేది. మేమందరం మేము సాధించిన ఏదో ఒక

కొత్త విషయాన్ని ఆయనకు చూపించాలని ఉవ్విళ్ళూరేవాళ్లం. కొత్త నమూనానో, కొత్త కల్పననో ఏదైనా సరే. ఆయన మమ్మల్ని మాదైన రీతిలో నాయకులుగా తీర్చిదిద్దారు.

ఇక రెండవ నాయకత్వ లక్షణం, సృజనాత్మకత. అందరికన్న ఒక నాయకుడిని ప్రత్యేకంగా నిలబెట్టేది అతని సృజనాత్మకమైన ఆలోచనలు. డాక్టర్ సారాభాయ్ SLV నీ, RATO నీ నిర్మించాలని అనుకున్నప్పుడు ఆ రెండింటికీ అంత అవసరమైన లంకె ఏమిటని అనిపించింది. అయితే ఆయన ఆలోచనలు, పనులూ ముందుగా మాకు యాదృచ్ఛికంగా వున్నట్లు కనిపించినా అవి ఒకదానికొకటి బాగా సంబంధం కలవని తరువాత నిరూపణ అయ్యేది. ఈ విషయం నాకు ముందుగా అర్థం అయింది. అందుకని ఆయన అసామాన్యమైన ఆలోచనల యెడల అప్రమత్తంగా వుండి నా ప్రయోగశాలలో వెంటనే అమలుచెయ్యడానికి సిద్ధంగా వుండేవాడిని. దీర్ఘదృష్టితో చూస్తే డాక్టర్ సారాభాయ్ భారతీయ అంతరిక్ష కార్యక్రమాన్ని ఒక సమగ్రమైన, సంపూర్ణమైన కార్యక్రమంగా చెయ్యాలని సంకల్పించినట్లు తెలుస్తుంది. అందులో రాకెట్ల నమూనాలు తయారుచెయ్యడం, రాకెట్లు, ఉపగ్రహాలు, వాటిని విడుదల చేసే యంత్రాల తయారీ, విడుదల చేసే సౌకర్యాలూ అన్నీ మనదేశంలో వుండాలని ఆశించారు. రాకెట్ ఇంధనాల అభివృద్ధికి ఒక విస్తృతమైన కార్యక్రమం, ప్రొపల్షన్ వ్యవస్థలు, ఏరోనాటిక్స్, ఏరోస్పేస్ సామగ్రి, ట్రాకింగ్ వ్యవస్థలు, పరికరాలూ అన్నింటి తయారీ అహమ్మదాబాద్‌లోని స్పేస్ సైన్స్ అండ్ టెక్నాలజీ సెంటర్‌లోనూ, ఫిజికల్ రిసెర్చి లేబొరేటరీలోనూ ఊపందుకున్నవి. భారతదేశంలో రాకెట్ల తయారీని ఆకాంక్షించిన డాక్టర్ సారాభాయ్‌ని రాజకీయ నాయకులతో సహా చాలామంది ఇలా ప్రశ్నించారు, "మనదేశంలో చాలామంది ఆకలితో దారిద్ర్యంతో అలమటిస్తూండగా ఇపుడు రాకెట్ల తయారీ అవసరమా?" అని. అయితే "భారతదేశం అన్ని రంగాలలోనూ సర్వసమర్థంగా వున్నప్పుడే ప్రపంచ వ్యవహారాలలో పాలుపంచుకోగలదు. నిజజీవన సమస్యల పరిష్కారాలలో సాంకేతికతను ఉపయోగించుకోగలదు" అనే నెహ్రూ అభిప్రాయాలతో

సారాభాయ్ ఏకీభవిస్తారు. అందుకే మన అంతరిక్ష కార్యక్రమం అగ్రదేశాలతో పోటీకోసం కాదు, ఇతరులతో సరిసమానంగా పరిగెత్తడానికీ కాదు. మన ప్రసార వ్యవస్థలో, వాతావరణ శాఖలో, విద్యావిషయకంగా దేశీయ సాంకేతిక పరిజ్ఞానాన్ని అభివృద్ధి చేసుకోవడానికి ఉద్దేశించబడింది.

ఇక నేను డాక్టర్ సారాభాయ్‌లో చూసిన మూడవ నాయకత్వ లక్షణం ఏమిటంటే బృందాలను ఏర్పాటుచేసే సామర్థ్యం. దీన్ని నేను కూడా నాలో నెలకొల్పుకోవడానికి ప్రయత్నించాను. ఆయనకు సరైన ఉద్యోగానికి సరైన మనిషిని గుర్తించే అసాధారణమైన నేర్పు వున్నది. అట్లా గుర్తించిన తరువాత ఆ వ్యక్తికి పూర్వానుభవం తక్కువగా వున్నప్పటికీ అతన్ని బాగా ప్రోత్సహించడం, ఇతరులలో నైతిక దారుఢ్యం పెంచడంలో కూడా ఆయన పద్ధతులు ఆయనకు వున్నాయి. ఇది నాయకుడికి అత్యవసరమైన లక్షణం. ముఖ్యంగా ఎన్నో క్లిష్ట పరిస్థితులను ఎదుర్కోగలగడం. మా రంగంలో ఇది చాలా అవసరం. ఒక్కొక్కప్పుడు చాలా నిరాశాజనకంగా వుండే పరిస్థితులను కూడా ఆయన అట్లా కనిపించనివ్వడు. మేము ఒక పనిని సకాలంలో పూర్తిచెయ్యలేకపోయినా, అట్లా చెయ్యలేకపోవడంలో మా తప్పేమీ లేదనుకున్నప్పుడు ఆయన మమ్మల్ని పొగిడి ఉత్సాహపరిచేవాడు. మా అందరిలో వుండే ఒత్తిడి, ఆందోళననూ తేలికపరచడానికి చతురోక్తులు కూడా విసిరేవాడు. ఈ గుణాలన్నీ ఆయనకు బృందాలను ఏర్పాటుచేయడానికి, సంస్థల్ని నిర్మించడానికీ దోహదపడ్డాయి. అవన్నీ ఆయనకు విశ్వాసపాత్రంగా పనిచేశాయి. సంస్థలోని ప్రతి వ్యక్తికీ తను సంస్థ అభివృద్ధికి తోడ్పడగలనని తెలుసు. తన కృషికి విలువా, గుర్తింపు వుంటాయని కూడా నమ్మకం.

చివరగా ఆయన్లోని మరొక గొప్ప గుణం, పరాజయాలను అధిగమించి ఆలోచించడం. ఒకసారి ఆయన తుంబా సందర్శనకి వచ్చినప్పుడు SLVలోని 'నోస్-కోన్ జెట్టిసనింగ్'ను మేము చేసినంతవరకూ ప్రదర్శించాము. మా పథకం ఏమిటంటే డాక్టర్ సారాభాయ్ ఒక మీట నొక్కగానే పైరో వ్యవస్థ (Pyro System) ఉత్తేజితమౌతుందని (activate), కానీ ఆయన మీట నొక్కినపుడు ఏమీ జరగలేదు. నేనూ, నా సహోద్యోగి ప్రమోద్‌కాలే

దిగ్భ్రాంతులమయ్యాము. మేమిద్దరమే దాని టైమర్ సర్క్యూట్‌ని రూపొందించాము. సమస్య టైమర్‌లోనే వుందని మేము వెంటనే గ్రహించాము. అందుకని టైమర్‌ను తీసేసి నేరుగా పైరో సిస్టమ్‌కి లంకె ఇచ్చాము. అప్పుడు ఆయన మీట నొక్కగానే పైరోలు అంటుకుని నోస్-కోన్ విడిపోయింది. ఆయన మమ్మల్ని అభినందించారు కానీ ఆయన వెళ్ళిపోయేటప్పుడు మాత్రం ఆయన మొహం మీద ఒక ఆలోచనాత్మక రేఖ కనిపించింది. ఆ రాత్రి నన్ను త్రివేంద్రంలోని కోవలం ప్యాలెస్ హోటల్‌లో కలుసుకోమన్నారాయన. అక్కడికి వెళ్ళేటప్పుడు నాకు కొంచెం ఇబ్బందిగా అనిపించింది. కానీ ఆయన మాత్రం తన సహజమైన వాత్సల్య ధోరణిలోనే నాతో రాకెట్ విడుదల కేంద్రం గురించి మాట్లాడారు. తరువాత పొద్దున జరిగిన విషయాన్ని ప్రస్తావించారు. ఆయన నన్ను మందలిస్తారేమో అనుకున్నాను. కానీ ఆయన అనేక లోతైన విషయాలు మాట్లాడారు. మేము మా పనిపట్ల ఉత్సాహంగా ఉన్నామా? లేదా అది మాకొక సవాలుగా మారిందా? మొదలైన విషయాలు అడిగారు. తరువాత పొద్దుటి సంఘటనకు కారణాన్ని గురించి మాట్లాడాము. మా రాకెట్ నిర్మాణంలోని అన్ని స్థాయిలకూ ఒక సంఘటితమైన చోటు కావాలి. డాక్టర్ సారాభాయ్ చాలా రాత్రివరకూ ఈ విషయం చర్చించి చివరికి రాకెట్ ఇంజనీరింగ్ సెక్షన్ అనే కొత్త శాఖ నొకదాన్ని నెలకొల్పాలని తీర్మానించారు.

మేము ఇంతకుముందు చెప్పినట్లు తప్పిదాలు, వైఫల్యాలు ప్రతి ప్రాజెక్టులోనూ ఒక భాగంగా వుంటాయి. ముఖ్యంగా అనేక వ్యవస్థలతో, వివిధ స్థాయి పనులకు బాధ్యత వహించే అనేక బృందాలతో పనిచేసే మాలాంటి సంస్థలలో... ఎందుకంటే ఏదో ఒక స్థాయిలో జరిగిన చిన్న తప్పు కూడా సంవత్సరాల శ్రమను వృధాచేసే అవకాశం వుందిక్కడ. అయితే డాక్టర్ సారాభాయ్ ఈ తప్పులను నవకల్పనలకు దారి ఇచ్చే కవాటాలుగా కొత్త ఆవిష్కరణలకు మార్గాలుగా పరిగణించేవారు. ఆయన ఆ తప్పును దాటి అవతలికి చూసేవారు. దాని వెనక వున్న కారణాలను వెతికేవారు. ఆయన తప్పిదాలను సహించేవారు. వాటినెలా అధిగమించాలో విశ్లేషించేవారు. అందువలన మాకు తప్పిదాల భయం వుండేది కాదు. మా

ప్రాజెక్టు జయప్రదంగా పూర్తిచేసేవాళ్ళం. అంతరిక్షంలోకి రాకెట్లను, ఉపగ్రహాలను విడుదల చేసే సామర్థ్యంలో మనదేశం ఏ దేశానికీ తీసిపోదు. మనం ప్రపంచస్థాయి ఉపగ్రహాలను, రాకెట్లను, రాకెట్లను విడుదల చేసే పరికరాలను తయారుచేశాము. శాస్త్రవిజ్ఞాన పరిశోధనలో నవకల్పనలతో టెలికమ్యూనికేషన్స్‌లో విద్యాపరంగా దేశానికి అమూల్యమైన సేవ చేసిందీ సంస్థ. చంద్రుడిలోకి చంద్రయాన్ ఒక ఆర్బిటర్‌ను పంపింది. త్వరలోనే అంగారక గ్రహ పరిశోధనకి కూడా ప్రయత్నాలు జరుగుతున్నాయి. ఈ అభివృద్ధి అంతా డాక్టర్ సారాభాయ్ వేసిన బీజంలోనుంచీ ఎదిగినదే. తరువాత దీనిని సతీశ్ ధవన్ వంటివారు పెంచి పోషించారు.

డాక్టర్ సారాభాయ్‌తో నా అనుబంధం ఉద్వేగభరితమైనది. మేధోపర మైనది. భారతదేశం రక్షణ పరంగానూ, శాస్త్రవిజ్ఞానరంగంలోనూ స్వయం సమృద్ధం కావడానికి ఉపయోగపడే నమూనాలను, యంత్రనిర్మాణాలను తయారుచేసే ఎన్నో బృందాలను నడిపించే బాధ్యత నాకు ఎన్నోసార్లు అప్పగించారాయన. ఈ యువ రాకెట్ ఇంజినీర్ను తన దరి చేర్చుకుని ఎన్నో ప్రశ్నలకు శ్రద్ధగా స్పష్టంగా సమాధానాలిచ్చారు. రాకెట్లనూ, క్షిపణులనూ తయారుచేయాలన్న ఆయన కలను నాతో పంచుకున్నారు. సందేహాలొచ్చి నప్పుడూ, క్లిష్టపరిస్థితి ఏర్పడినప్పుడూ, నేను అయోమయంలో పడినప్పుడూ ఆయన నాచెంత నిలిచారు. నాకు సరైన మార్గదర్శనం చేశారు. ఆయన వంటి గొప్ప వ్యక్తి నీడలో నేను అభివృద్ధి చెందగలగడం నా అదృష్టం.

డాక్టర్ సారాభాయ్ ఆకస్మిక అనూహ్య మరణం నాకు తట్టుకోలేని దెబ్బ. డిసెంబర్ 1971లో నేను ఢిల్లీ నుంచి ఆయనతో మాట్లాడాను. నేనక్కడ పాల్గొన్న ఒక క్షిపణి సంబంధిత ప్యానెల్ సమావేశం వివరాలు తెలియజేశాను. అప్పుడాయన తుంబాలో వున్నారు. నన్ను త్రివేండ్రం విమానాశ్రయంలో కలుసుకోమన్నారు. తుంబా నుంచి ఆయన బొంబాయి వెళ్ళవలసి వున్నది. కానీ ఆయన్ని నేను కలుసుకునే అవకాశమే రాలేదు. నేను త్రివేండ్రం విమానాశ్రయానికి చేరేలోగానే ఆయన గుండెపోటుతో మరణించారు. తరువాత తెలిసింది నాకు. నేను ఆయనతో మాట్లాడిన గంటకే కన్నుమూశారని!

దేశానికి సంబంధించిన ముఖ్యమైన విజ్ఞానశాస్త్ర సంబంధిత ప్రాజెక్టులను నడిపే శక్తిగల ఇంజినీర్లనూ, శాస్త్రవేత్తలనూ ప్రోత్సహించిన మహనీయుడు. ఆయనే ఒక గొప్ప శాస్త్రవేత్త, నాయకుడు. ఇంక మేమెవరిని ఆశ్రయించగలం? అయితే ఆయన మమ్మల్ని అన్ని సవాళ్లనూ జయప్రదంగా ఎదుర్కోగల జ్ఞానసంపన్నులుగా, సమర్థులుగా, ఆత్మవిశ్వాసమూ దూరదృష్టి కలవారిగా తయారుచేసి పోయారు. ఆయన మాలో గుర్తించిన నిజమైన సామర్థ్యాన్ని ఉపయోగించుకుని పనిచెయ్యడమే ఆయనకు మేమిచ్చే నిజమైన నివాళి.

నా జీవితంలో ఇదొక పద్ధతేమో! నాకు సన్నిహితులూ, ప్రేమాస్పదులూ అయినవారు ఇట్లా ఆకస్మికంగా అదృశ్యమవడం! ఇందులోనుంచీ నేనేం నేర్చుకున్నాను? నేను పోగొట్టుకున్న ప్రతి ప్రియమైన వ్యక్తీ నాపై ఒక విచారపు పొర కప్పారు. ప్రతిసారీ వారిలోని సారాంశాన్ని నాలోకి తెచ్చుకోవడానికి ప్రయత్నించాను. వారిలోని కరుణనే కానీ, బేషరతుగా ఇచ్చే ప్రేమనే కానీ, పవిత్రతనే కానీ! డాక్టర్ సారాభాయ్‌లోని దూరదృష్టిని, దార్శనికతను కొత్త సృష్టికి ప్రణాళిక వేసి అమలుపరిచి సాధించడం! నా చర్యలతో, నాకు అప్పగించిన వివిధ ఉద్యోగాలలో కొంతైనా ఈ గుణాలను నేను ప్రదర్శించి వున్నట్లయితే, ఆ గొప్ప దార్శనికుడి ఆశయాలు నెరవేర్చడంలో కృతకృత్యుడనైనట్లే.

శాస్త్రవేత్తగా నేను

1998 లో భారతదేశం రెండవ అణుపరీక్ష నిర్వహించిన తరువాత నాకు చాలామంది చాలా విశేషణాలు తగిలించారు. ఎందుకంటే నాకూ అందులో చెప్పుకోదగ్గ పాత్ర వుంది కనుక. ఆ విశేషణాలలో చాలాకాలం నిలిచిపోయినది "మిస్సైల్ మ్యాన్" అనేది. ఇది నేను భారత దేశాధ్యక్షుడుగా పదవీవిరమణ చేశాక కూడా నిలిచిపోయింది. నన్ను అట్లా పిలుస్తుంటే నాకు ఆశ్చర్యంగా వుంటుంది. ఎందుకంటే అది పిల్లల ఆటవస్తువు పేరులాగా వినిపిస్తుంది కానీ ఒక శాస్త్రవేత్తలాగా అనిపించదు. అయినప్పటికీ ఆ పిలుపులో ఈ దేశంలోని అనేకమంది ప్రజల ప్రేమ కనిపిస్తుంది నాకు. అంతేకాక సైన్సూ, రాకెట్రీ, ఇంజినీరింగ్ వీటన్నిటి సమ్మేళనంతో ఒక పతాక స్థాయికి చేరుకున్నందుకు చిహ్నంగా కూడా అనిపిస్తుంది. ఈ ప్రయాణం చాలా సుదీర్ఘమైనది. చాలాకాలం క్రిందట మొదలైనది. వెనక్కి తిరిగి చూసుకుంటే ఇదంతా నేనే నడిచి వచ్చానా లేదా ఏదైనా పుస్తకంలో చదివిన కథా అని విస్మయపడతాను. కానీ విజ్ఞానశాస్త్రాన్నే నా జీవనపథంగా ఎంచుకున్న నా కల నెరవేరింది. అదంతా ఇప్పుడు గుర్తుతెచ్చుకుంటే నా జీవనపథాన్ని కనుక్కునే ప్రయత్నంలో వున్న చిన్నపిల్లవాని నుంచీ, నదీముఖ భూమి నుంచీ నదీ ప్రవాహంలోకి పైపైకి చేసిన ప్రయాణం కళ్లముందుకొస్తుంది.

నిజానికి నా అసలు చదువు నేను రామేశ్వరం విడిచి రామనాథపురం హైస్కూలుకు వెళ్ళాకనే మొదలైంది. నేనిదివరకు చెప్పినట్టు, మా అమ్మ, నా కుటుంబం అనే రామేశ్వరం రక్షణ వలయం నుంచీ బయటకొచ్చాను. అప్పుడు నేను ఒక చిన్న పట్టణం నుంచీ వచ్చిన సిగ్గరి చిన్నపిల్లవాడిని, మాట్లాడడానికే భయపడేవాడిని. అక్కడి ష్వార్ట్జ్ హైస్కూల్లోనే నాకు మొదట సైన్స్ యొక్క అద్భుత ప్రపంచంతో పరిచయం కలిగింది. నా మెదడును వెలిగించింది. ఆ స్కూల్లో

రెవెరెన్డ్ ఇయదురై సాలమన్ అనే ఉపాధ్యాయుడుండేవారు. ఆయన నాతో చనువుగా మాట్లాడేవారు. ఆయనలో మంచి గురువును చూశాను. నన్ను ముందుకు నడిపించే గురువును చూశాను.

ఆకాశంలో ఎగిరే పక్షులంటే నాకు చాలా ఇష్టం. ఆకాశంలో వివిధ మార్గాలలో వివిధ రకాలుగా ఎగిరే ఆ పక్షుల గమనాన్ని పరిశీలించేవాడిని. వాటిలో ఒకడినై నేనూ ఎగరాలనే ఆకాంక్ష చిన్నప్పుడే కలిగింది నాకు. ఒకరోజు ఎగరడాన్ని గురించి వివరించడానికి ఇయదురై సాలమన్ మమ్మల్ని సముద్రతీరానికి తీసుకువెళ్లారు. మేము సముద్రం పక్కన నిలబడి సముద్ర ఘోషలో కొంగలను, సముద్రపు కాకులను చూశాము. అవి ఎగరడమూ, అరవడమూ చూశాము. ఆయన వాటిని చూపిస్తూ మాముందు వాయుగతిశాస్త్రాన్నీ (aero dynamics), వైమానిక నమూనాలనూ (aero-nautical design), బలమైన గాలులనూ వర్ణించారు. పదిహేను సంవత్సరాల పిల్లలున్న ఆ బృందంలో నేనొకడిని. అప్పటివరకూ విన్న సైన్స్ పాఠాలలో నాకది అతిముఖ్యమైనది. అప్పటివరకూ ఎగిరే పక్షులను చూడడం ఒక ఇష్టంగా మాత్రమే వుండేది నాకు. ఇప్పుడు నాకు ఒక స్పష్టమైన ఆలోచన ఏర్పడేలా చేసింది. మబ్బులకిందుగా ఒక కిటికీ పక్కన కూర్చున్నట్టు భావించాను. ఆ కిటికీ ఇప్పుడు నాకోసం తెరుచుకున్నది. నేను బయటి ప్రపంచాన్ని చూస్తున్నాను. ఇంకా చూడ్డానికి తపిస్తున్నాను.

నేను అక్కడ స్కూలు చదువు ముగించుకుని తిరుచిరాపల్లిలోని సెంట్ జోసెఫ్స్ కళాశాలకు వెళ్ళినప్పుడు అక్కడ నాకోసం మరిన్ని ఇటువంటి అవకాశాలు ఎదురుచూస్తున్నాయి. నేను అంతకుముందే అర్థం చేసుకున్నాను ఏమనంటే నేను నా కళ్ళూ, చెవులూ తెరిచి వుంచుకుంటే నాకు అవగాహన కానిదంటూ ఏమీ వుండదని. అక్కడ ప్రొఫెసర్ చిన్నాదురై, ప్రొఫెసర్ కృష్ణమూర్తి నాకు సబ్ ఆటమిక్ ఫిజిక్స్ పరిచయం చేశారు. మొదటిసారిగా మనచుట్టూ వున్న పదార్థమూ, దాని క్షయమూ గురించిన రహస్యం తెలిసింది. పదార్థాల యొక్క "హాఫ్ లైఫ్ పీరియడ్స్" గురించీ రేడియో యాక్టివ్ డికే గురించీ తెలుసుకున్నాను. ఒక్కసారిగా అసలు ప్రపంచం మనకి కళ్ళకి కనిపించే

ప్రపంచం కన్న భిన్నమైనదని అర్థమైంది. నేను శాస్త్రవిజ్ఞానమూ, ఆధ్యాత్మికతా అనే ద్వంద్వాల గురించి ఆలోచించాను. ఆ రెండూ మనం అనుకున్నంత భిన్నమైనవా? ఒక పరమాణువులోని నలుసులను (particles) ఛిన్నాభిన్నం చేయగలిగినప్పుడు మానవజీవితానికి అది ఎంత దూరంలో వుండగలదు? ప్రకృతిలోని అన్ని దృగ్విషయాలకు సమాధానాలను కనుక్కోవడమే శాస్త్ర విజ్ఞానం ఆశయం. ఆధ్యాత్మికత ఈ విశ్వనిర్మాణంలో మన స్థానాన్ని మనకి అర్థం చేయించింది. శాస్త్రవిజ్ఞానం స్థూలదృష్టితో గణితం ఆధారంగానూ, ఇతర సూత్రాల ఆధారంగానూ ప్రపంచాన్ని చూస్తుంది. ఆధ్యాత్మికత మనసునూ, హృదయాన్నీ తెరిచి అంతరంగంలోని లోతులను వీక్షిస్తుంది. నేను ప్రవేశించ బోయే ప్రపంచమూ మా నాన్నగారు మెసిలిన ప్రపంచమూ ఒకదానికొకటి పూర్తిగా భిన్నమైనవి కాకపోవచ్చని నాకు అస్పష్టంగానైనా అనిపించసాగింది.

తిరిచిరాపల్లి నుంచీ నేను ఏరోనాటికల్ ఇంజినీరింగ్ చదవడానికి M.I.T కి వెళ్ళాను. అక్కడ సర్వీస్‌లో లేకుండా వున్న రెండు విమానాలు నా దృష్టిని ఆకర్షించి నాలో గగనవిహారంపై కోరిక రగిలించాయి. దీపంచేత ఆకర్షించబడే శలభంలా నేను వాటికి ఆకర్షితుడనయ్యాను. ఈ లోహ విహంగాలలో తప్ప నాకు వేరే వృత్తి లభించదని అర్థం అయింది. M.I.T లో ముగ్గురు అధ్యాపకులు నా ఈ కోరికకు రెక్కలిచ్చారు. వాళ్ళు నాకు టెక్నికల్ ఏరోడైనమిక్స్ బోధించిన ఆస్ట్రియన్ ప్రొఫెసర్ స్పెండర్, ఏరో స్ట్రక్చర్ డిజైన్ అండ్ అనాలిసిస్ బోధించిన ప్రొఫెసర్ K.A.V. పండలై, థియరెటికల్ ఏరో డైనమిక్స్ బోధించిన ప్రొఫెసర్ నర్సింగరావులు.

ఈ ముగ్గురూ ఏరోనాటిక్స్ అనేది ఎంత అద్భుతమైన విషయమో నాకు అర్థం చేయించారు. మనకి కనిపించే కదలికా, ప్రవాహము సాధ్యం అవుతోందంటే అందులోని భాగాలు ముక్కలుగా విడిపోవడంవల్ల వస్తువులు గాలిలో కదలగలుగుతున్నాయి. నేను ఫ్లూయిడ్ డైనమిక్స్ అనే సంక్లిష్టమైన విషయాన్ని అధ్యయనం చేయసాగాను. చలన రీతులనూ, షాక్ వేవ్స్ గురించీ, షాక్ వేవ్ డ్రాగ్ గురించీ అధ్యయనం చేస్తున్నాను. అప్పుడే నాకు విమానాల యొక్క నిర్మాణాన్ని, వాటిలో వుండవలసిన అంశాలనీ, వాటి ఆకృతులనీ

గురించి అర్థమైంది. నేను చాలా ఆసక్తితో బై ప్లేన్స్ గురించీ, మోనో ప్లేన్స్ గురించీ, టెయిల్లెస్ ప్లేన్స్ గురించీ, మరికొన్ని అటువంటి విషయాల గురించీ అధ్యయనం చేశాను.

నేను M.I.T లో వుండగా చాలా ఆసక్తితో విజ్ఞానశాస్త్ర ప్రపంచాన్ని తరిచి చూశాను. అదేకాలంలో భారతదేశంలో శాస్త్రీయ దృక్పథాన్ని అభివృద్ధి చేయడం గురించిన ప్రయత్నం జరుగుతున్నది. ప్రధానమంత్రి జవహర్‌లాల్ నెహ్రూ కూడా ఈ విషయాన్ని నొక్కి చెబుతున్నారు. నాచుట్టూ ప్రపంచంలో, ముఖ్యంగా మావంటి విద్యాసంస్థలలో మాకు పాత సంప్రదాయపరమైన ఆలోచనలను విడిచిపెట్టి ఈ కొత్త వాతావరణాన్ని స్వంతం చేసుకోమని ప్రోత్సహిస్తున్నారు. జ్ఞాన సముపార్జనకు శాస్త్రీయపద్ధతులను ఉపయోగించడం మంచిదని చెబుతున్నారు. మత ప్రాముఖ్యతగల రామేశ్వరం వంటి చోట పెరిగివచ్చిన నాకు ఇది కొంచెం కష్టసాధ్యంగానే వున్నది. అయితే అంతకుముందే నాలో మెరిసిపోయిన భావాలు పైకి రాసాగాయి. అంటే శాస్త్రవిజ్ఞానమూ, ఆధ్యాత్మికతా వేరు కావని... ప్రత్యక్ష ఇంద్రియ జ్ఞానమే అసలైన జ్ఞానమని, అదే సత్యమనీ నేను అంగీకరించలేకపోయాను. సత్యమనేది భౌతిక ప్రపంచాతీతమని. నిజమైన జ్ఞానం ఆత్మశోధనలోనే వున్నదనీ నేను నేర్చుకుని వున్నాను. ఇప్పుడు ఇక్కడ నేను మరొక ప్రపంచంలో కలిసిపోతున్నాను. ఇక్కడ అన్నిటికీ సూత్రాలూ, ప్రయోగాలూ, ఋజువులూ కావాలి. క్రమంగా ఈ విషయంలో నా స్వంత అభిప్రాయానికి వచ్చాను. అయితే అది కుదురుకోవడానికి చాలా సంవత్సరాలు పట్టింది.

ఆఖరికి నేనొక ధృవీకృత ఇంజినీర్‌గా M.I.T. నుంచి బయటికొచ్చాను. కానీ నేనింకా రాకెట్స్ గురించీ, క్షిపణుల గురించీ చాలా తెలుసుకోవాల్సి వున్నది. భవిష్యత్తులో నా ఉద్యోగ జీవితం దానితోనే ముడిపడి వున్నది. నాకు తెలిసింది ఒకటే, నా ముందు ఒక విస్తృతమైన ప్రపంచం వున్నది. నేను దానిని శోధించాలి, పైపైకి ఎగరాలి.

DTD & P (AIR) లో కొన్నేళ్ళు పనిచేశాను. అక్కడ వర్టికల్ ల్యాండింగ్ అండ్ టేక్ ఆఫ్ ప్లాట్‌ఫామ్స్ డిజైన్ చేసి బృందాలలో పనిచేశాను. హాట్ కాకపిట్

డిజైన్ చేసే బృందాలలో పనిచేశాను. తరువాత బెంగళూరులోని ఏరోనాటికల్ డెవలప్‌మెంట్ ఎస్టాబ్లిష్‌మెంట్‌లో పనిచేశాను. ఇక్కడే నేను స్వంతంగా ఒక కొత్త నిర్మాణాన్ని తయారుచేసే అవకాశం వచ్చింది. నా ఉద్యోగ జీవితంలో ఇది పునరావృతం అవుతూ వచ్చింది. నేను పూర్వ అధ్యయనం ఆధారంగా ఒక దేశీయమైన హోవర్‌క్రాఫ్ట్ నమూనాను తయారుచేసి దానిని గ్రౌండ్ ఎక్విప్‌మెంట్ మెషీన్‌గా రూపొందించాలని నిర్ణయించారు. సంస్థ డైరెక్టర్ డాక్టర్ మెడిరట్టా ఇందుకొక నలుగురు సభ్యుల బృందాన్ని ఎంపిక చేసి అందుకు నన్ను నాయకత్వం వహించమన్నారు.

అది మాకొక పెద్ద సవాలు. దీనిమీద పెద్దగా ఉపయుక్త సాహిత్యం ఏమీ లేదు. సలహా అడగడానికి ఇటువంటి సాంకేతికత గురించిన అనుభవం వున్నవారు కూడా ఎవరూ లేరు. అంతకుముందు తయారుచేసిన డిజైన్లు కానీ అందులో ఉపయోగించే భాగాలుకానీ లేవు. మేమొక ఎగిరే యంత్రాన్ని తయారుచెయ్యాలి. ఎగిరే యంత్రం మాట దేవుడెరుగు. అసలే యంత్రమూ తయారుచెయ్యని మాకు ఇదొక పెద్ద సవాలు. దిగ్భ్రమ గొలిపే సవాలు. ఈ ప్రాజెక్టు పూర్తిచెయ్యడానికి మాకు మూడేళ్ల సమయం ఇచ్చారు. మొదట కొన్ని నెలలు గిజగిజలాడిపోయాం. కాళ్ళు నేలమీద ఆనించడానికి ప్రయత్నించాం. చివరికి నేనొక నిర్ణయానికొచ్చాను. ఏది ఏమైనా కానీ మాకు లభించే పరికరాలతోనే పని ప్రారంభించాలని. ఒక పెద్ద సవాలులాంటిదైనప్పటికీ ఈ ప్రాజెక్టు నాకు బాగా ఇష్టమైనదీ నా ఊహాశక్తి కూడా మెరుగుపరిచింది. కొన్ని నెలలకు మేము డిజైన్ రూపొందించడం పూర్తిచేసి యంత్రాన్ని నిర్మించే పనిలో పడ్డాము.

ఈసరికి నాలో నా అభిప్రాయాలను స్థిరంగా చెప్పే స్థితీ, ఆత్మవిశ్వాసమూ నెలకొన్నవి. అయినా నేను పెరిగి వచ్చిన చిన్న వూరుకూ, నా మధ్యతరగతి వర్గానికీ సంబంధించిన మూలాలు నాలో ఇంకా వుండిపోయాయి. ఇతరులచేత పనిచేయించడం, నాకన్న సీనియర్లైన సహోద్యోగుల ప్రశ్నలకూ, సందేహాలకూ జవాబు చెప్పడం అనే ఈ ప్రపంచంలోకి వచ్చిపడ్డ నాకు ఇనుమును నిప్పుతో కాల్చినట్లైంది. నాలాగా నగర వాతావరణానికి భిన్నమైన వాతావరణం నుంచీ

వచ్చినవాళ్ళు సహజంగా సిగ్గుగా, మొహమాటంగా వుండేవాళ్ళూ సాధారణంగా వెలుగులోకి రావడం కష్టం. ఏదో ఒక సందర్భం వాళ్లని బయటికి తీసుకు రాకపోతే, నన్ను అట్లా వెలుగులోకి నెట్టడం జరిగిందనీ, నా శక్తియుక్తులన్నీ ఉపయోగించి ఈ హోవర్ ప్రాజెక్టును విజయవంతంగా పూర్తిచెయ్యాలనీ నిర్ణయించుకున్నాను. సంస్థలో చాలామంది అప్పుడా ప్రాజెక్టు మీద అంత డబ్బూ, సమయమూ వెచ్చించడం అవసరమా, అందువలన ఉపయోగం వుందా అని కూడా ప్రశ్నించారు. ఇందులో నా పాత్రని కూడా వాళ్ళు ప్రశ్నించారు. కానీ నేనూ, నా బృందం తలఎత్తకుండా పనిచెయ్యాలనే నిశ్చయించుకున్నాము. నెమ్మది నెమ్మదిగా మా నమూనా ఒక ఆకృతి దాల్చసాగింది. M.I.Tలో ఒకసారి ప్రొఫెసర్ శ్రీనివాసన్ నేను చేసిన డిజైన్‌ను తిరస్కరిస్తే రెండురోజులు కష్టపడి కొత్తది చేసి వున్నాను. ఇప్పుడు మళ్ళీ నాకు అర్థమౌతోంది మన మనస్సు స్థితిస్థాపక గుణం కలదనీ, మనం ఎంత కావాలనుకుంటే అంతగా అది వ్యాకోచించగలదని అర్థమైంది. మనం దాన్ని వికసించనిస్తే ఆ వికాసానికి హద్దులుండవనీ కూడా అర్థమైంది. ఇందువలన మనపై మనకి కలిగే నమ్మకాన్ని ఎవరూ తుడిచివెయ్యలేరు.

ఈ ప్రాజెక్టుకు నంది అని పేరు పెట్టాము. దానిని అప్పటి రక్షణ మంత్రి V.K. కృష్ణమీనన్ ఆశీర్వదించారు. భారతదేశంలో రక్షణ సామగ్రి అభివృద్ధికి ఇది ప్రారంభం అని ఆయన గట్టిగా నమ్మారు. ఆయన మా పనిని ఎంతో ఆసక్తితో గమనించారు. ఒక సంవత్సరం తరువాత ఆయన కలామ్, అతని బృందం తప్పకుండా దీనిని విజయవంతంగా పూర్తిచేస్తారని డాక్టర్ మెడిరెట్టాకు చెప్పారు.

ఆయన అన్నట్టుగానే మేము ఆ ప్రాజెక్టును విజయవంతంగా పూర్తి చేశాము. మూడు సంవత్సరాల కాలవ్యవధి ముగియకముందే మేము నమూనా తయారుచేసి మంత్రికి చూపడానికి సిద్ధమయ్యాము. కృష్ణమీనన్ మేము రూపొందించిన 'నంది'లో ప్రయాణించడమే కాదు, ఆయన భద్రతాసిబ్బంది వద్దన్నా వినకుండా దాన్ని నడిపారు కూడా! ఒక యంత్రాన్ని దేశీయ పరిజ్ఞానంతో, సాధన సంపత్తితో మొట్టమొదట స్వయంగా సృష్టించడంలోని

ఆనందాతిరేకాన్ని మొదటిసారి అనుభవించాను. అయితే నంది కథ సుఖాంత మవలేదు. కృష్ణమీనన్ పదవీవిరమణ తరువాత ఆయన తరువాత వచ్చినవారు ఆయన చూపినంత ఆసక్తి దానిమీద చూపలేదు. అది ఒక వివాదాస్పర హోవర్‌క్రాఫ్ట్‌గా మారి అటకెక్కికూచుంది. ఆకాశమే హద్దు అనుకునే సమయంలో ఈ విషయంలో నన్ను నేలమీద కూలేసింది. "నీ కృషి యొక్క పర్యవసానాన్ని నిర్ణయించే నీకన్న అధికమైన శక్తి ఒకటి వున్నది" అనే కఠినమైన పాఠం నేర్పింది. నేను నేర్చుకున్న మరొక పాఠం ఏమిటంటే నేను ప్రభావితం చేయలేని అంశాలు వుండవచ్చుగాక, కానీ నేను చేయవలసిన పనిని నాకు చేతనైనంత ఉత్తమంగా చేసి చూపిస్తే చాలు అనేది మనం చేసే పనికి పర్యవసానాలెలా వుంటాయో ఎవరికి తెలుసు? నంది ఉపయోగంలోకి రానందుకు నేను ఆశాభంగంతో నీరసపడినప్పుడు ప్రొఫెసర్ M.G.K. మీనన్ వచ్చి దాన్ని గురించి నన్ను ప్రశ్నించేలా కొన్ని సంఘటనలు జరిగాయి. ఫలితంగా నేను రాకెట్ ఇంజినీర్‌గా INCOSPAR కి వెళ్ళి అక్కడ డాక్టర్ సారాభాయ్ నేతృత్వంలో పనిచేసే అవకాశాన్ని దక్కించుకున్నాను.

నేను INCOSPAR కి, తరువాత ISRO కు వెళ్ళిన తరువాత నాకు అనేక రకాలైన రాకెట్లు అంతరిక్షనౌకలు నిర్మించే పని అప్పగించబడింది. సౌండ్ రాకెట్లనుంచీ రాకెట్ పేలోడ్లు, ఉపగ్రహాలను విడుదల చేసే రాకెట్లదాకా. భారతదేశ అంతరిక్ష కార్యక్రమాన్ని అభివృద్ధి చేయాలనే డాక్టర్ సారాభాయ్ ఆకాంక్షే అక్కడ వివిధ అభివృద్ధి కార్యక్రమాలు ఒకేసారి జరుగుతూ వుండ డానికి కారణం. అటువంటి అనేక నిర్మాణాలలో నాకూ ఒక పాత్ర వుండడం నా అదృష్టం. అయితే నాకొక పెద్ద సవాలుగా వుండినది SLV నిర్మాణం. ఉపగ్రహాలను కక్ష్యలోకి విడిచిపెట్టే ఒక వాహనాన్ని తయారుచేసే బృహత్తరమైన ప్రణాళికకు నేను నేతృత్వం వహిస్తున్నాను. దానివలన మన దేశం సాంకేతికంగా పురోగమిస్తున్న దేశం అవుతుంది. ఇతర దేశాలకు ఉపగ్రహాలను విడుదలచేసే ఈ వాహనాలను సరఫరా చేయడం ద్వారా ఆదాయం గడించవచ్చు. ఈ SLV నిర్మాణం గురించి నేను నా పుస్తకం "Wings of Fire"లో వివరంగా వ్రాసివున్నాను. వివిధ కారణాల వలన ఆ నిర్మాణం చాలా క్లిష్టమైన ప్రయాణంగా మారింది. ఇంత పెద్ద ప్రాజెక్టు

నిర్మాణంలో అంత త్వరగా పరిష్కరించలేని ఎన్నో ఉపద్రవాలు ఎదురవుతాయి. మాకు సమయానికి సంబంధించీ, వనరులకు సంబంధించీ ఒక బడ్జెట్ ఇచ్చారు. ఆ పరిధిలోనే నిర్మాణం పూర్తిచేసే బాధ్యత నాకు అప్పగించారు. నాకు వ్యక్తిగతంగా కూడా చాలా ఒత్తిడిని ఎదుర్కుంటున్న కాలం అది. మూడేళ్ళ వ్యవధిలో నేను నాకు ప్రియమైన వ్యక్తులు ముగ్గుర్ని పోగొట్టుకున్నాను అహమ్మద్ జలాలుద్దీన్, మా నాన్నగారు, మా అమ్మ... అయినప్పటికీ నా మనస్సును పూర్తిగా పనిమీదే కేంద్రీకరించి అందులో మునిగిపోయి అంతిమ ఫలితం మీదే దృష్టిపెట్టి విజయవంతంగా పూర్తిచేశాము.

"ఈ SLV నిర్మాణ సందర్భంలో నువ్వు నేర్చుకున్న గొప్ప పాఠాలేమిటి?" అని ఇప్పుడు నన్నెవరైనా అడిగితే నేను మూడు విషయాలు చెబుతాను. ఒకటేమిటంటే ఒక దేశం అభివృద్ధిలో శాస్త్ర సాంకేతిక విజ్ఞానం, పరిశోధన, ఇంజినీరింగ్‌ల ప్రాముఖ్యమేమిటో నాకు తెలియవచ్చింది. మేమీ ప్రాజెక్టు చేస్తున్నప్పుడు మా బృందంలో శాస్త్రవేత్తలు, ఇంజినీర్లు, పరిశోధకులు వుండేవారు. ఎవరు ఏం పని చెయ్యాలన్నది నిర్ణయించి వారికి నేతృత్వం నేను వహించాలి. విజ్ఞానశాస్త్రంలో ఎప్పుడూ కనుక్కోవాల్సిన విషయాలు వుంటాయి. నిరంతర పరిశోధన అవసరం. ఒక యాత్రీకుడు యాత్రకు వెళ్ళినట్లు పరిశోధకులు పరిశోధన యాత్ర చేస్తూనే వుండాలి. చేతనయినదంతా కనుక్కుని ఇతరులకు వివరించాలి. విజ్ఞానశాస్త్రం ఆనందకారకమే కాదు, అది ఒక మోహం కూడా. నిర్మాణం అనేది ఒక హొంపు. అది శాస్త్రజ్ఞులు సాధించిన ఫలితాలను స్వంతం చేసుకుని దానిని మరికొంత ముందుకు తీసుకుపోతుంది. అది తప్పులనూ, అన్వేషణనూ అంగీకరించదు. అది తప్పులను మార్పులు చేసుకోవడానికీ, మరింత మెరుగుపరుచుకోవడానికీ ఉపయోగించుకుంటుంది. కనుక మాకు దేశీయంగా ఒక సాటిలైట్ లాంచ్ వెహికిల్ నమూనాను రూపొందించి దానిని నిర్మించడానికి శాస్త్రజ్ఞులు తోడ్పడితే ఇంజినీర్లు మాకున్న సమయమూ, వనరుల పరిధిలోనే మాకు మంచి ఫలితమొచ్చేలా చేశారు. ఇటువంటి ఒక బృహత్కార్యం నెరవేరాలంటే అందరూ ఏకకాలంలో సామరస్యంతో ఒక వాద్య కచేరీలా పనిచెయ్యాలి.

రెండవది నిబద్ధత గురించినది. ఆ రోజుల్లో నేనెట్లా ఈ ప్రాజెక్టు గురించి తప్ప మరేమీ ఆలోచించలేదో, నాలాగే మా బృందంలో ఎందరో ఎంతో శ్రద్ధతో కఠిన పరిశ్రమ చేశారు. అయితే వర్నర్ బ్రాన్ తప్ప మరెవరూ నాకు విలువైన, వివేకవంతమైన మాటలు చెప్పలేదు. రాకెట్ రంగ దిగ్గజం అయిన వర్నర్ బ్రాన్ రెండవ ప్రపంచ యుద్ధంలో లండన్‌ను ధ్వంసం చేసిన V-2 క్షిపణులను నిర్మించాడు. తరువాత ఆయనను NASA లోని రాకెట్ నిర్మాణ రంగంలోకి తీసుకున్నారు. అక్కడ ఆయన అధికశ్రేణి క్షిపణి అయిన జూపిటర్‌ని రూపొందించాడు. ఆయన ఒక శాస్త్రవేత్తా, రూపకర్తా (designer), ఇంజినీరే కాకుండా మంచి పరిపాలనాదక్షుడు కూడా. ఆయన ఆధునిక రాకెట్ రంగపిత అని చెప్పాలి. ఆయన భారతదేశం వచ్చినప్పుడు ఆయనతో కలిసి ప్రయాణం చేసే అదృష్టం కలిగింది నాకు. ఆయన్ని నేను చెన్నై విమానాశ్రయంలో దింపుకుని అక్కడనుంచీ తుంబా వరకూ ఆయనతో వెళ్ళాను. మేము చేస్తున్న పని గురించి ఆయన చెప్పిన మాటలు నా మనసులో ఇంకిపోయాయి. “మనమెప్పుడూ విజయాల మీదే నిర్మాణాలు చెయ్యము, పరాజయాల మీద కూడా చేస్తామని ఎప్పుడూ గుర్తుపెట్టుకోవాలి” అని చెప్పాడాయన. మా వృత్తిలో వుండవలసిన కఠోర శ్రమ, దృఢ దీక్ష గురించి ఇలా చెప్పాడు “రాకెట్ నిర్మాణంలో శ్రమ ఒక్కటే ప్రధానం కాదు, కఠోర శ్రమ మాత్రమే విజయాలు తెచ్చిపెట్టే క్రీడలలాంటిది కాదిది. ఇక్కడ మీకొక లక్ష్యముండడమే కాదు, వీలైనంత త్వరలో దాన్ని సాధించే వ్యూహం కూడా వుండాలి.”

“పూర్తి నిబద్ధత అంటే కష్టపడి పనిచెయ్యడం కాదు. పూర్తి సంలగ్నత వుండాలి. మీ శ్రమకు తగిన ఫలితాన్ని సాధించాలనే ఒక లక్ష్యం మీ ముందుండాలి” అన్నాడాయన ఇవి నేను ఆచరించాననే అనుకుంటున్నాను.

“రాకెట్ నిర్మాణం నీ జీవిక కాదు. నీ వృత్తి కాదు. అది నీ మతం. చేసుకోవాలి అది నీ లక్ష్యంగా వుండాలి” ఆ సమయంలో ఒక్క SLV నిర్మాణం తప్ప నా జీవితంలో మరో ఆలోచన లేదు. అన్నీ పక్కన పెట్టేశాను. నేను ఒత్తిడిని కూడా జయించాను. ఫలితమే లక్ష్యంగా సాగే ప్రయాణంలో ఎదురయ్యే కష్టాలను మన మనస్సు ఆ విధంగా సంబాళిస్తుంది.

ఈ ప్రాజెక్టు పనిలో నేను నేర్చుకున్న మూడవ పాఠం ఏమిటంటే వైఫల్యాల నుంచీ, పరాజయాల్నుంచీ ఎట్లా పాఠాలు నేర్చుకోవాలనేది. SLV-3 మొదటి ప్రయోగం యొక్క దుర్ఘటన గురించి ఇప్పుడందరికీ తెలిసినదే! ఆ వాహనం సముద్రంలోకి కూలిపోయిందని! ప్రయోగంలో మొదటిదశ విజయవంత మైంది. అయితే రెండవదశలోనే అది అదుపు తప్పింది. దాని ప్రయాణం 317 సెకండ్ల వ్యవధిలో ముగిసింది. దాని పేలోడ్‌తో సహా శ్రీహరికోటకు 560 కిలోమీటర్ల దూరంలో సముద్రంలో కూలిపోయింది.

పరిస్థితి ఈ విధంగా మారినందుకు నాకు నోటమాట రాలేదు. స్థబ్దుడి నయ్యాను. అదివరకు కూడా కొన్ని అవరోధాలూ, పరాజయాలూ ఎదుర్కొని వున్నమాట నిజమే... కానీ ఇన్నేళ్ళ కఠినశ్రమ తరువాత చివరికి జరిగిన ఈ దుర్ఘటనను జీర్ణించుకోలేకపోయాను. "ఎక్కడ తప్పు జరిగింది?" అనే ప్రశ్న నా తలలో సుడులు తిరిగింది. ఎంతో ఒత్తిడిని తట్టుకుంటూ వచ్చాను, శారీరకంగా కూడా బలహీనపడ్డాను. అంతా వ్యర్థమైపోయాక నాకు నేనేం చెప్పుకోవాలి? నాచుట్టూ వున్నవాళ్లకేమి చెప్పాలి? చివరికి నాకు నిద్రపోవాలని అనిపించింది. ఈ విధ్వంసాన్ని విశ్లేషించుకునేముందు నేను నిద్రపోవాలి అనిపించింది. నేను చాలాసేపు నిద్రపోయినట్లు కూడా గుర్తు. తరువాత నన్ను డాక్టర్ బ్రహ్మప్రకాశ్ నెమ్మదిగా మేలుకొల్పారు. అప్పుడాయన నా పైఅధికారి. కాని ఒక పెద్దవాడిగా నన్ను పట్టించుకుని నా దగ్గరకొచ్చారు. ఆయన నన్ను నిద్రలేపి తనతో భోజనానికి మెస్‌కి తీసుకువెళ్ళారు. భోజనం చేసినంతసేపూ ఆయన జరిగిన విధ్వంసం గురించి ఒక్కమాట కూడా మాట్లాడక నాకెంతో సాంత్వన యిచ్చారు. తరువాతే విధ్వంసాన్ని గురించిన విశ్లేషణ! పునర్నిర్మాణం గురించిన ఆలోచన ఆ తరువాతే! అప్పుడు మేమిద్దరం విపరీతంగా అలసిపోయిన మనుషులం. మాకు తెలుసు మేము చేసిన పనంతా వృథా అయిపోకూడదని.. మాకు తెలుసు మేము అధిరోహించవలసిన పర్వతాలూ, చేరవలసిన శిఖరాలూ చాలా వున్నాయని. అప్పుడు మాత్రం ఆయన పందెంలో ఓడిపోయిన కొడుకును దగ్గరకు తీసుకున్న ఒక తండ్రిలా నన్ను దగ్గరకు తీసుకున్నారు. ఆహారమూ, విశ్రాంతీ ఇచ్చారు. తరువాతేం చేయాలో ఆలోచించుకునే వ్యవధి ఇచ్చారు.

SLV-3 నుంచీ నేను నేర్చుకున్న మూడవపాఠం బహుశా అదే! ఆ కారుణ్యదృష్టి, తోటిమనుషులను అర్థంచేసుకునే తీరు, దయా ఎవర్నైనా నిరుత్సాహపరచలేవు. చివరికి మన లక్ష్యాలను నిర్ధారించుకుని, ఆటంకాలను అధిగమించి ప్రయాణిస్తున్నప్పుడు ఇటువంటి మానవతావిలువలే మనకు సాంత్వననిస్తాయి. భవిష్యత్తులో మనం ఎన్ని క్షిపణులు తయారుచేసినా, పెద్ద పదవులు అధిరోహించగలిగినా, పాఠశాలలలో బోధించినా, మనకి వుండ వలసినది ప్రేమ, కరుణ, క్షమ. ఈనాటి సంక్లిష్టమయమైన ప్రపంచంలో మన పిల్లలను ఇటువంటి విలువలతోనే పెంచాలి.

వైజ్ఞానిక ప్రపంచంలో నా ప్రయాణం ఇంకా ముందుకు సాగింది. ISRO నుంచీ నేను DRDO కు మారాను. అక్కడ భారతదేశంలోని మొదటి దేశీయ క్షిపణులైన పృథ్వి, త్రిషూల్, అగ్ని, నాగ్ నిర్మించిన బృందాలలో వున్నాను. అవి ఎట్లా నిర్మించామో, ఎట్లా పనిచేశాయో నేనదివరకే వ్రాసాను. వాటి నిర్మాణ క్రమంలో నేను విజ్ఞానశాస్త్రంలోని కొత్త విషయాలను, రాకెట్‌లను గురించిన మరెంతో జ్ఞానాన్ని సముపార్జించుకున్నాను. నేను కొత్త విషయాలను కనిపెట్టడం గురించీ, నేతృత్వం వహించడం గురించీ కూడా చాలా నేర్చుకున్నాను. ఇతరులతో విజయవంతంగా భావప్రసారం చెయ్యడం, జయాపజయాలను జీర్ణించకోవడం కూడా నేర్చుకున్నాను.

ఈ కథంగా చెప్పవలసిన అవసరం ఏమిటి? ఎందుకంటే నా జీవితంలో నేను వైవిధ్యభరితమైన విషయాలతోనూ, వ్యక్తులతోనూ వ్యవహరించాను. ఎంతో ఆశ్చర్యజనకమైన జీవితాన్ని ఎదుర్కున్నాను. అందులోనించే నా మార్గాన్ని ఏర్పరుచుకున్నాను. ఇతరులు కూడా కొన్ని అసాధారణ అనూహ్య పరిస్థితులు ఎదురైనప్పుడు నా అనుభవసారం వారికి ఉపయోగపడుతుందనీ ఈ విధంగా వారికి సాయపడగలనని అనుకుంటున్నాను. నా జీవన ప్రయాణం నా ఒక్కడిదే కాదు చాలామందిది.

ఈ మహత్తర ప్రపంచంలో
కోట్లాదిమంది బాలబాలికలకేసి చూస్తున్న

ఊటబావిలాంటివాడిని
నాలోనించీ అక్షయమైన
దైవత్వాన్ని తోడుకోమని
ఆ దైవత్వాన్ని అంతటా వెదజల్లమని
అందరినీ కోరుతున్నా

ఇంకా ప్రయాణించవలసే వున్నది

ఈ పుస్తకంలో నేనందించిన చిన్న చిన్న కథాచిత్రాలలో నన్ను మిక్కిలి ప్రభావితం చేసిన వ్యక్తులనూ, స్థలాలనూ, కాలాలనూ ప్రస్తావించాను. నాలాంటి తీరిక లేకుండా పనిచేసిన వ్యక్తి తన జీవితవిశేషాలను స్మరించుకోవాలంటే వందలకొద్దీ దొరుకుతాయి. భారతప్రభుత్వం రెండవసారి అణుపరీక్ష జరిపిన సమయంలో నేను శాస్త్రవిజ్ఞాన సంబంధిత విషయాల సలహాదారుగా వుండడం, తరువాత నా పదవీవిరమణ, ఆపైన బోధన రంగంలోకి వెళ్ళడం, తరువాత భారతదేశ అధ్యక్షపదవి నిర్వహించడం, ఈ దశలన్నింటిలో ఎదురైన సవాళ్ళూ, నేర్చుకున్న పాఠాలూ అసంఖ్యాకమైనవి.

"అగ్ని" క్షిపణి ప్రయోగం తరువాతనూ, ఆ తదుపరి సంఘటనల తరువాతా నాపై ప్రసారమాధ్యమాల దృష్టి బాగా ప్రసరించింది. అనేక చిక్కు ప్రశ్నలను ఎదుర్కోవడానికి నాకు పూర్వానుభవంలో నేను నేర్చుకున్న పాఠాలు సహాయపడ్డాయి. నా ప్రాధమ్యాలూ, లక్ష్యాలూ కూడా మార్పు చెందాయి. అంతకుముందు నాది కార్యరంగం, ఇప్పుడు ఆలోచనకూ, అవగాహనకూ ఎక్కువ ప్రాముఖ్యం ఇస్తున్నాను. అనేక రంగాలలోని వ్యక్తులతో మాట్లాడడం, వ్రాయడం ఇప్పుడు నా పని. కాలం గడుస్తున్నకొద్దీ నాకు నా దేశపు యువతతో ఆలోచనలు పంచుకోవడంపై ఆసక్తి పెరుగుతున్నది. చాలా పుస్తకాలు వ్రాసాను, అన్నీ విజయవంతం అయ్యాయి. ఎందుకంటే భారతదేశం 2020లో ఎట్లా వుంటుందో చూపించిన దార్శనికుడు వ్రాసిన పుస్తకాలుగా పాఠకులు వాటిని గుర్తించారు. ఆ భవిష్యత్తు దృశ్యాన్ని గురించి చెబుతున్నానని గుర్తించారు. నా రచనలు ఇండియా 2020, వింగ్స్ ఆఫ్ ఫైర్, ఇగ్నైటెడ్ మైండ్స్‌లను పాఠకులు ఎంతో ఆసక్తిగా చదవడం నాకెంతో సంతృప్తి కలిగింది.

దేశాన్ని గురించి నా భవిష్యత్తు దృష్టినీ, నా కలలనూ నా ఉపన్యాసాల ద్వారా, వ్యాసాల ద్వారా, పుస్తకాల ద్వారా వ్యక్తపరిచాను. నాకు ఇతర సాంకేతిక విషయాల పట్ల కూడా ఆసక్తి కలిగింది. 1990లో ఇండియా విజన్ 2020 వ్యూహరచనలో సలహాలిచ్చిన అనుభవం వుంది. టెక్నాలజీ ఇన్ఫర్మేషన్, ఫోర్కాస్టింగ్ అండ్ అసెస్‌మెంట్ (Technology Information, Forecasting and Assessment – TIFAC) అధ్యక్షుడిగా పనిచేశాను. మొదటి సమావేశంలోనే 2020 నాటికి భారతదేశం స్వయంసంపన్నంగా తయారుకావడానికి ఒక ప్రణాళిక తయారుచెయ్యాలని నిర్ణయం తీసుకున్నాము. GDP ఐదు నుంచీ ఆరు వరకూ మాత్రమే వుండే సమయంలో దాన్ని పది సంవత్సరాల్లో ఏకరీతిగా సంవత్సరానికి పదికి పెంచగలగడాన్ని మనం ఊహించాలి. అట్లా అయితేనే కోట్లాదిమంది అభివృద్ధి సాధ్యమౌతుంది. ఈ కార్యభారం అక్కడున్న మా సంస్థ సభ్యులందరి మనసులనూ ఉద్దీపింపచేసింది. దాన్ని గురించి మేము బాగా చర్చించాము. అయిదువందల సభ్యులతో పదిహేడు కమిటీలను తయారు చేశాము. వీరంతా ఆర్థికరంగంలో వున్న అయిదువేలమంది వ్యక్తులతో సంప్రదింపులు జరిపారు. ఈ కమిటీలు రెండు సంవత్సరాలు పనిచేసి ఇరవై అయిదు నివేదికలు తయారుచేసి 2 ఆగస్టు 1996న అప్పటి ప్రధానమంత్రికి సమర్పించాయి. దేశాభివృద్ధి కోసం వివిధ సంస్థలూ, శాఖలూ చేసిన సంఘటిత కృషికి ఇది ఒక మంచి ఉదాహరణ. TIFAC లో మాపని జరుగుతూ వుండగా నేను వ్యవసాయరంగంలోనూ, సమాచార, సాంకేతిక రంగంలోనూ జరుగుతున్న పరిణామాలను ఆసక్తితో అధ్యయనం చేశాను. విద్యార్థులనూ, ఉపాధ్యాయులనూ, ప్రభుత్వాధికారులనూ, నిర్వాహకులనూ కలుస్తూ దేశం అంతా పర్యటించాను. ఒక భవిష్యత్తు ఆశయం దృష్టిలో వుంచుకుని దానికోసం పనిచెయ్యడం నా పనిలో మొదటి భాగమే అని అర్థమైంది. ఆ లక్ష్యాన్ని గురించి వివరించడం, దాన్ని గురించి చర్చించడం చేస్తేనే దానికి ప్రాణం వస్తుంది. భారతదేశాన్ని జ్ఞానసంపన్నమైన సమాజంగా తయారుచేయవలసిన అవసరాన్ని గురించి నేను వెళ్ళిన ప్రతిచోటా మాట్లాడాలని నిర్ణయించుకున్నాను. సాంకేతిక నైపుణ్యం వలన స్వాధికారత వస్తుంది. అదే సమయంలో మన ఆధ్యాత్మికతను కూడా గుర్తించి అభివృద్ధి చేసుకోవాలి.

2002 నుంచీ 2007 వరకూ నేను దేశాధ్యక్షుడుగా వున్న కాలాన్ని తిరిగి చూసుకుంటూ, ఈ అద్భుతమైన భారతదేశాన్నుంచీ ఒక గొప్ప పాఠం నేర్చుకున్నాననిపిస్తుంది. ప్రసార మాధ్యమాలు నన్ను "ప్రజల అధ్యక్షుడు" (People's President) అన్నాయి. దేశప్రజలు చాలామంది అలాగే అనుకున్నారు. నన్ను అట్లా పిలవడం నాకు చాలా ఆనందం కలుగచేసింది. నేను ఆ పదవి చేపట్టిన వెంటనే మన ఈ అద్భుతమైన దేశంలో విస్తృతంగా పర్యటించాలనుకున్నాను. వివిధ ప్రాంతాలలో విభిన్న పరిసరాలలో ప్రజలు ఎట్లా జీవిస్తున్నారో, వారి సమస్యలేమిటో, అవి ఎట్లా పరిష్కరింపబడుతున్నాయో, అసలు పరిష్కరింపబడుతున్నాయో లేదో తెలుసుకోవాలనుకున్నాను. నాకు ముందుండిన అధ్యక్షులందరికన్న నేనే ఎక్కువ పర్యటించానని చెప్పుకుంటారు. సియాచిన్ వాలుభూములనుంచీ, సౌందర్యంతో అలరారే ఈశాన్య రాష్ట్రాల వరకూ, పశ్చిమకనుమలనుంచీ దక్షిణాది చివరి వరకూ దాదాపూ అన్ని ప్రాంతాల్లోనూ పర్యటించాను ఒక్క లక్ష్యదీప్ తప్ప. అక్కడికి వెళ్ళలేకపోయినందుకు ఇప్పటికీ విచారమే! విమానాలలో, కార్లలోనే కాక ఒక మూడుసార్లు దేశాధ్యక్షునికి ప్రత్యేకించిన రైలు భోగీలో కూడా ప్రయాణించాను. దాన్ని నాకోసం శాటిలైట్ మ్యాపింగ్‌తో సహా ఆధునీకరించారు. చెప్పాలంటే మనదేశాన్ని నేను అన్నికోణాలనించీ దర్శించాను. అందుకు నేనెప్పుడూ కృతజ్ఞుడిని.

నేను కలసిన, దర్శించిన కోట్లాదిమంది స్త్రీపురుషులనుంచీ, పిల్లలనుంచీ నేను నేర్చుకున్నదేమిటి? మన సమాజం ప్రస్తుత స్థితిని ప్రశ్నించకుండా వుండడం నేర్చుకున్నది. ధైర్యంగా ప్రశ్నించమని పాఠశాల పిల్లల్ని కూడా చాలా బ్రతిమిలాడాల్సి వచ్చింది. దాని అర్థం అక్కడ ప్రశ్నలే లేవని కాదు. ప్రశ్నలు తలుపులవద్ద సిద్ధంగా వున్నాయి. ఒక్కసారి తలుపులు తెరిస్తే ఆదుర్దాతో ఆసక్తితో గట్టుతెంచుకుని దూకుతాయి. విజ్ఞానశాస్త్రానికి సంబంధించినవీ, సాంకేతిక విజ్ఞానానికి సంబంధించినవీ, అంతరిక్షానికి సంబంధించినవీ కళలను గురించినవే కాక నేనెందుకు అవివాహితుడిగా వుండిపోయానని కూడా అడిగారు. అంతేకాదు నా తల దువ్వుకునే పద్ధతి గురించి కూడా. నేను

ప్రతి ప్రశ్నకీ సమాధానం ఇవ్వడానికి ప్రయత్నించాను. నిజాయితీగా బాగా ఆలోచించి మరీ ఇచ్చాను. నేను కూడా ఒక అన్వేషినేననీ, నేను కూడా ఈ చర్చల ద్వారా, సంభాషణల ద్వారా కొన్ని సమాధానాలు వెతుక్కుంటున్నానని చెప్పాను. ఒక భారతీయ పురుషుడిగా, స్త్రీగా వుండడం అంటే ఏమిటో, మన జీవితాలను మనం కొనసాగించుకుంటూనే సమాజాన్ని ఎట్లా రూపుదిద్దుతామో, ఈ తెలివిడితో మనం సమాజానికి ఏమి చెయ్యగలమో చెప్పాను.

నేను దేశాధ్యక్షుడిగా వున్న కాలంలో కొన్ని రాజకీయపరమైన ఒడిదుడుకులు సంభవించాయి. వాటిగురించి నా పుస్తకం "టర్నింగ్ పాయింట్స్"లో వ్రాసాను. దేశానికి అధినేతగా నేను ప్రజాస్వామిక పరిపాలనలో బాగా లీనమయ్యాను. చట్టసభలు, ఇతర సంస్థలు ఎట్లా పనిచేస్తాయో, ఒక అధ్యక్షుడు తన ప్రభావం చూపగల పరిధిలో వాటిలో ఎట్లా మార్పులు తేవాలో ఎక్కువగా ఆలోచిస్తూ వుండేవాడిని.

అధ్యక్షుడిగా నా పదవీకాలం ముగియగానే ఆనందంగా నా పూర్వ జీవితంలోకి ప్రవేశించాను. ఉపన్యాసాలిస్తూ, దేశవిదేశాలు తిరిగాను. నా అభిమాన విషయాలైన ఇండియా 2020, (PURA) గ్రామాలలో పట్టణ సౌకర్యాలు కల్పించే ప్రాజెక్టలతో హడావిడిగా వున్నాను. ఇండియాలో విద్యార్థులను కలుస్తున్నాను. జాతీయ సమస్యల మీద నా ఉద్దేశాలను ప్రకటిస్తున్నాను. దూరప్రాంతాలలో వున్న విద్యార్థులను కలిసి వారి భవిష్యత్తు గురించి మాట్లాడుతున్నాను. వాళ్ళు నన్ను చాలా ప్రశ్నలడుగుతారు. మేము ఏ సబ్జెక్టులు తీసుకోవాలి దగ్గరనుంచీ వాళ్ల ఊళ్ళలోనూ, జిల్లాలలోనూ ఉండవలసిన ప్రాథమిక సౌకర్యాల వరకూ.

ఈ పుస్తకం నా జీవితంలో జరిగిన వరుస సంఘటనలు చెప్పడానికి వ్రాయలేదు. అటువంటి పుస్తకం అదివరకే వ్రాసాను. ఈ చిన్న పుస్తకం ఒక సుదీర్ఘ ప్రయాణం మధ్యలో ఒకచోట విశ్రాంతి తీసుకోవడం లాంటిది. రహదారిపైన వచ్చేపోయే వాహనాల ధ్వనీ, రద్దీల నుంచీ తప్పించుకుని ఒకచోట తాపీగా నిలబడి అంతవరకూ నడిచివచ్చిన దారిని సింహావలోకనం చేసుకోవడం లాంటిది ఈ చిరు పుస్తకం. ఒకప్పుడు నేను మొదటిసారిగా

దక్షిణాదిలోని మద్రాసు నుంచీ డెహ్రాడూన్ రైలు ప్రయాణం చేస్తూ ఒక చిన్న స్టేషన్‌లో ఆగినట్లన్నమాట. ఈసారి నా చూపు గమ్యస్థానం మీద మాత్రమే లేదు. వెనక్కి తిరిగి, నా జీవితం తిరిగిన అద్భుతమైన మలుపులను కూడా చూసుకోవచ్చు. మా నాన్నగారు మనసులో ప్రార్థన చేసుకుంటూనే కొబ్బరి బోండాలు పట్టుకుని ఇంటికి నడిచివెళ్ళడాన్ని, మాకోసం పచ్చళ్ళూ సాంబారూ అన్నమూ వండుతూ నన్ను తనపక్కనొచ్చి వంటింట్లో నేలమీద కూచోమని పిలిచే మా అమ్మను చూడగలను. కళ్ళు మూసుకుని మావూళ్ళో సముద్ర ఘోష వినగలను. రామేశ్వరంలో తుఫానులొచ్చినప్పుడు చెట్లను ఊపిపడేసే గాలి రొదను వినగలను. వార్తాపత్రికలు పంచిపెట్టడంతో మొదలైన దినచర్య, వాటి తాలూకు డబ్బులు వసూలు చేసుకురావడంతో ముగిసిన రోజుల్లోని కాళ్లనొప్పులు ఇంకా తెలుస్తున్నాయి నాకు. ఆనాటి మాటలు కంఠాలు నిన్నో మొన్నో మాట్లాడినట్లు ఇంకా నా చెవిలో వున్నాయి. మా నాన్నగారి మాటలు ఇప్పటికీ నా చెవిలో మార్మోగుతున్నాయి – "నువ్వు పెద్దవాడివి కావాలంటే ఇల్లు విడిచి వెళ్ళాలి. సముద్రపు కాకులు ఒంటరిగా ఎండకడ్డంబడి ఎగరడం లేదా? వాటికి గూళ్ళేవీ? నీ పాత జ్ఞాపకాల గూడుకోసం తపించడాన్ని వదిలిపెట్టి నీ కోరికలు నెరవేరే ప్రదేశానికి వెళ్ళాలి. మా ప్రేమ నిన్ను కట్టిపడెయ్యకూడదు. నీ అవసరాలు నిన్నిక్కడ పట్టి వుంచవు."

నేను క్షణవిరామంకోసం ఆగుతున్న ఈ చోట నాతోటి ప్రయాణీకులు మరొకసారి నా పక్కగా నడిచిపోనీ! పక్షి లక్ష్మణశాస్త్రిగారు, రెవెరెండ్ ఇయదొరై సాలొమన్, అహమ్మద్ జలాలుద్దీన్, డాక్టర్ విక్రమ్ సారాభాయ్, ప్రొఫెసర్ సతీష్ ధవన్, డాక్టర్ బ్రహ్మప్రకాష్, ఇంకా నన్ను ప్రభావితం చేసి నా ఆలోచనలకు ఒక నిర్దిష్ట రూపమిచ్చి, నాలో విద్వత్తును పెంచిన ఎంతోమందిని తలుచుకుంటాను. వారిని గురించి చెప్పినప్పుడు నాముందు వారున్నట్లే వుంటుంది. వీరు నాలో నాటిన ఆలోచనలు మొలకలెత్తుతూనే వున్నాయి. నా ఈ ఆలోచనలను మీతో పంచుకున్నప్పుడు ఆ విత్తనాలు నా మనసులో లాగానే మీ మనసులో కూడా నాటుకునే వుంటాయి. ఇట్లా ఆలోచనలు, ఆదర్శాలు ఒకరినుంచీ ఒకరికి ఒక వృత్తంలో భాగంవలె బదిలీ అవడమే జీవితం అంటే!

కష్టపడి పనిచెయ్యడం, దైవభక్తి, అధ్యయనం, అభ్యాసం, ప్రేమ, క్షమ ఇవే నా జీవితంలో మైలురాళ్ళు. వీటి మూలాలను ఇప్పుడు నేను అందరితో పంచుకున్నాను. నిజానికి సంపూర్ణ జీవితం గడిపిన ఏ వ్యక్తి అయినా ఇతరులతో చేసే సంభాషణ, జీవితం అనే అద్భుతానికి మెరుగుపెట్టే అనుభవాల, ఆలోచనల ఖజానా. ఈ క్రమంలో నా పాఠకులకు అవి రెక్కలు ఇచ్చి వారి కోరికల సాకారానికి ఉపయోగపడితే, విధి నాకు అప్పగించిన ఒక చిన్న పాత్రను నేను పోషించినట్లే!

ధన్యవాదాలు

"నా జీవన గమనం" అనేక సంఘటనలతో కూడిన జీవితచరిత్ర. నా స్నేహితుడు హారీ షెరిడాన్ నాతో వుండి నా జీవితంలో జరిగిన చాలా సంఘటనలలో పాలుపంచుకున్నాడు. నాతో అనేక సంతోష సమయాలనూ సమస్యాత్మక సంక్లిష్ట సమయాలనూ చూశాడు. కష్టసుఖాలలో నాతో వుండి నాకెంతో సహాయం చేశాడు. అతనికి, అతని కుటుంబానికి భగవంతుని ఆశీస్సులు లభించుగాక. ఈ పుస్తకం వ్రాయాలనే తలంపు కలిగిన దగ్గరనుంచీ పుస్తకరూపం వచ్చే వరకూ నాకు సహకరించిన రూపా ప్రచురణ సంస్థలోని సుదేష్ణ షోమే ఘోష్‌కు నా కృతజ్ఞతలు. ఓర్పు, పట్టుదలలతో ఈ పుస్తకానికి ఒక రూపం ఇచ్చింది ఆవిడ. ఆమెకు నా శుభాకాంక్షలు.